한국어-베트남어 베트남어-한국어 6000 의학 용어

TỪ VỰNG Y HỌC SONG NGỮ HÀN VIỆT

Lời giới thiệu

Giới thiệu sách "6000 Từ Vựng Y Học Việt-Hàn và Hàn-Việt" của tác giả Lê Huy Khoa
Sau một thời gian nghiên cứu, tìm tòi, Quyển sách "6000 Từ Vựng Y Học Việt-Hàn và Hàn-Việt" đã
được ra đời và có thể nói đây là một công trình nghiên cứu và biên soạn rất đáng giá dành cho những
ai làm việc trong lĩnh vực y tế, chăm sóc sức khỏe hoặc đang học tập và nghiên cứu về y học giữa
hai nền văn hóa Việt Nam và Hàn Quốc. Đây là một tài liệu chuyên sâu, cung cấp một kho từ vựng
phong phú và đa dạng, giúp người đọc có thể dễ dàng giao tiếp, làm việc và hiểu rõ các thuật ngữ
chuyên môn trong y học giữa hai ngôn ngữ này.

Với 6000 từ vựng được biên soạn một cách tỉ mỉ và chi tiết, sách cung cấp cho người học không chỉ
các từ vựng y học cơ bản mà còn cả các thuật ngữ chuyên ngành phức tạp, từ những khái niệm về
bệnh lý, thuốc men, phẫu thuật đến các kỹ thuật y tế và chăm sóc sức khỏe. Mỗi từ vựng đều có định
nghĩa rõ ràng và được đối chiếu giữa hai ngôn ngữ Việt và Hàn, giúp người đọc dễ dàng nắm bắt,
học hỏi và sử dụng trong các tình huống giao tiếp thực tế trong ngành y tế.

Điểm nổi bật của quyển sách là không chỉ giúp học từ vựng, mà còn là công cụ thiết thực cho những
ai đang làm việc hoặc nghiên cứu trong môi trường y tế quốc tế. Các ví dụ minh họa và cách sử dụng
từ ngữ trong ngữ cảnh cụ thể cũng giúp người đọc hiểu rõ hơn về cách áp dụng từ vựng vào công
việc thực tế, từ đó nâng cao khả năng giao tiếp chuyên môn và hiệu quả làm việc.

Quyển sách này không chỉ hữu ích cho bác sĩ, y tá, sinh viên y khoa, mà còn là tài liệu tham khảo
quan trọng đối với các nhà nghiên cứu, giảng viên và bất kỳ ai quan tâm đến mối quan hệ hợp tác
giữa ngành y tế Việt Nam và Hàn Quốc. Sự kết hợp giữa sự chính xác trong thuật ngữ y học và sự
thuận tiện trong việc tra cứu ngôn ngữ sẽ là nguồn tài liệu quý báu cho bất kỳ ai muốn nâng cao trình
độ chuyên môn trong lĩnh vực y học.

Với tính thực tiễn và giá trị lâu dài, hy vọng quyển sách "6000 Từ Vựng Y Học Việt-Hàn và Hàn-
Việt" sẽ là người bạn đồng hành đáng tin cậy trong hành trình học tập và phát triển nghề nghiệp
trong ngành y tế.
Rất mong bạn đọc gần xa góp ý để quyển sách được hoàn thiện hơn.

Thành phố Hồ Chí Minh 12/2024.
Tác giả Lê Huy Khoa

머리말

이 책은 베트남과 한국 두 문화 사이에서 의학을 연구하거나, 건강 관리 분야에서 일하거나, 그 분야에 대한 공부를 하는 사람들에게 매우 귀중한 연구 및 편찬 작업이라 할 수 있습니다. 두 언어 간의 의학 전문 용어를 쉽게 이해하고 소통할 수 있도록 돕는 심화 자료로, 풍부하고 다양한 용어를 소개하고 있습니다.

6,000개의 용어가 세밀하고 상세하게 정리되어 있으며, 기본적인 의학 용어뿐만 아니라 복잡한 전문 용어들까지 다룹니다. 질병 개념, 약물, 수술부터 의료 기술과 건강 관리에 이르는 다양한 분야의 용어들이 포함되어 있습니다. 각 용어는 명확한 정의와 함께 베트남어와 한국어를 비교하여 제공되며, 독자들이 실제 의료 현장에서 용어를 쉽게 이해하고 활용할 수 있도록 돕습니다.

가장 큰 특징은 단순히 용어를 배우는 데 그치지 않고, 국제 의료 환경에서 일하거나 연구하는 사람들에게 실용적인 도구가 된다는 점이며, 각 용어가 실제 상황에서 어떻게 사용되는지에 대한 예시도 제공되어, 독자들이 용어를 실제 업무에 어떻게 적용할 수 있는지 이해하는 데 도움을 줍니다. 이를 통해 전문적인 의사소통 능력을 향상시키고 업무 효율성을 높일 수 있습니다. 의사, 간호사, 의학 전공 학생과 베트남과 한국의 의료 분야 협력 관계에 관심 있는 연구자, 교수님들, 그리고 관련 분야에서 일하는 모든 사람들에게 중요한 참고 자료가 될 것입니다. 정확한 의학 용어와 언어 검색의 편리함을 결합한 이 책은 의학 분야에서 전문 지식을 향상시키고자 하는 누구에게나 소중한 자원이 될 것입니다.

실용성과 장기적인 가치를 지닌 이 책이 〈한국어-베트남어, 베트남어 한국어 6000 의학 어휘〉로 여러분의 학습과 의학 분야에서의 경력 개발 여정에 신뢰할 수 있는 동반자가 되기를 바랍니다. 이 책을 더욱 완성도 있게 만들기 위해 많은 독자분의 소중한 의견을 기다립니다.

베트남, 호치민에서
레휘 콰

목 차

한국어-베트남어 HÀN - VIỆT

베트남어-한국어 VIỆT- HÀN

HÀN - VIỆT 한국어-베트남어

ㄱ

가검물	Mẫu kiểm tra, mẫu vật
가급적이다	Như có thể, nếu có thể được
가라앉다	Lắng xuống, dịu xuống (cơn đau)
가랑이	Đùi non (bẹn)
가래	Đờm, dãi.
가래톳, 디프테리아	Bệnh bạch hầu
가려 먹다	Kén ăn
가려움증	Chứng ngứa, bệnh ngứa
가루약	Thuốc bột
가리지 못하다	Không thể phân biệt
가벼운 산보	Đi bộ nhẹ nhàng
가스	Gas, hơi
가슴 답답함	Tức ngực
가슴 둘레	Vòng ngực
가슴 트래핑	Đỡ ngực
가슴	Ngực
가슴뼈	Xương sườn ức
가슴앓이	Chứng ợ nóng
가슴에 흉통을 느끼다	Cảm thấy đau ở ngực
가슴이 답답하다	Khó chịu vùng ngực
가습기	Máy bổ sung độ ẩm
가시	Gai
가운데손가락	Ngón giữa
가장자리	Gờ, mép, vùng ven
가제	Băng gạc
가족	Theo gia đình

가족력	Tiểu sử bệnh lý gia đình
가지모양	Hình quả cà dài
가축시장	Chợ gia súc
가피	Vảy
각기	Bệnh phù nề
각막	Giác mạc
각막염	Viêm giác mạc
각선미	Đôi chân đẹp
각혈을 하다	Ho ra máu
간 경변	Xơ gan
간 경변증	Biến chứng thành xơ gan
간 경변증을 동반하다	Đi cùng với chứng xơ cứng gan
간 농양	Áp xe mủ ở gan
간 독성	Độc tính gan
간 디스토마	Bệnh sán lá gan
간 부전	Suy gan
간 비대	Phì đại gan, gan sưng to
간 세엽	Lá gan, thùy gan
간 세포	Tế bào gan
간 암	Ung thư gan
간 조직 생검	Sinh thiết tổ chức gan
간	Gan
간관	Ống gan
간균	Khuẩn bệnh gan
간기능검사	Kiểm tra chức năng gan
간내 결석증	Bệnh sỏi gan
간뇌	Não giữa
간니	Răng sữa
간동맥 촬영	Chụp phim động mạch gan
간병인	Người chăm sóc, y tá

간성 혼수	Hôn mê do bệnh gan
간세포성 황달	Vàng da do tế bào gan
간암 종괴	Khối u ung thư gan
간암으로	Bị ung thư gan
간암을 유발시키다	Gây ra ung thư gan
간암을 의심하다	Nghi ngờ ung thư gan
간암의 발생빈도	Tần số phát sinh ung thư gan
간암이 미발현	Ung thư gan chưa phát hiện
간에 독성을 일으키다	Gây độc cho gan
간에 지방질이 축적되다	Mỡ tích lũy ở gan
간에서 대사되다	Được trao đổi chất trong gan
간염 표면항원	Kháng nguyên bề mặt viêm gan
간염 항원	Kháng nguyên viêm gan
간염	Viêm gan
간염백신	Vắc-xin viêm gan
간엽	Lá gan
간으로 전이되다	Di căn vào gan
간의 구조와 기능	Cấu tạo và chức năng của gan
간장비대	Chứng gan to
간장의 담관	Ống dẫn nước mật cho gan
간접	Gián tiếp
간접적 피해를 주다	Gây thiệt hại, gây hại gián tiếp
간주되다	Được xem là, được cho là
간질	Bệnh động kinh
간질병 환자	Bệnh nhân động kinh
간헐적	Từng hồi, từng cơn
간호사	Y tá
간호인	Người chăm bệnh
갈다	Xay, nghiền
갈등	Mâu thuẫn

갈비뼈	Xương sườn
갈색 담석	Sỏi mật màu nâu
갈색세포종	U tế bào màu hạt dẻ
감각	Cảm giác
감각기관	Cơ quan cảm giác
감각기능	Chức năng cảm giác
감각신경	Thần kinh cảm giác
감각이상	Cảm giác bất thường
감기	Cảm cúm
감기 바이러스	Vi rút cảm cúm
감기약	Thuốc cảm
감기와 비슷한 경증	Triệu chứng nhẹ giống bệnh cảm
감기의 전염경로	Con đường lây cảm cúm
감돈	Lộn vào trong (ruột)
감량을 하다	Giảm số lượng,giảm
감마 나이프	Dao gamma
감별진단	Chẩn đoán phân biệt
감사하다	Theo dõi và kiểm tra
감소하다	Giảm xuống, giảm thiểu
감수성	Sự nhạy cảm
감시 해제	Bỏ giám sát
감시기구	Thiết bị theo dõi
감시하다	Giám sát, theo dõi
감싸주다	Bao che cho, che chở
감염경과	Quá trình lây nhiễm
감염병 예방	Phòng chống lây nhiễm
감염성 설사	Tiêu chảy do viêm nhiễm
감염성 쇼크	Sốc do lây nhiễm
감염성 질환	Bệnh nhiễm, bệnh lây
감염증의 증상	Triệu chứng lây nhiễm

감염초기	Thời kỳ mới bị lây nhiễm
감염하다	Lây nhiễm, lây (bệnh)
감염형 식중독	Ngộ độc thực phẩm do lây nhiễm
감정	Cảm xúc
감정장애	Rối loạn cảm xúc
감촉	Xúc giác
감퇴하다	Suy giảm
갑상선 기능 항진증	Bệnh cường tuyến giáp trạng
갑상선 절제술	Phẫu thuật cắt bỏ tuyến giáp
갑상선 종	Bướu giáp
갑상선 종양	Bướu, u tuyến giáp trạng
갑상선 호르몬	Hormone tuyến giáp trạng
갑상선 호르몬 억제요법	Liệu pháp hạn chế hormone tuyến giáp trạng
갑상선	Tuyến giáp
갑상선염	Viêm tuyến giáp
갑상선위급증	Chứng nguy cấp của tuyến giáp
갑상선자극 호르몬	Hormone kích thích tuyến giáp
갑상선중독증	Bệnh trúng độc tuyến giáp
갑상선질환	Bệnh tuyến giáp
갑상선호르몬제	Thuốc hormone tuyến giáp
갑자기	Đột nhiên, bất ngờ
갓 태어난 신생아	Trẻ sơ sinh, trẻ vừa mới sinh ra
강	Khoang, ổ
강박적	Có tính chất cưỡng chế, áp đặt
강심제	Thuốc bổ tim, thuốc trợ tim
강요하다	Áp đặt
강장제	Thuốc bổ
강직하다	Cứng, co thắt
개방상처	Vết thương hở
개방성 골절	Gãy xương hở

개복수술을 하다	Phẫu thuật mở
개운하지 않다	Khó chịu
개인 의사	Bác sĩ riêng
개인	Cá nhân
개인병원	Bệnh viện tư nhân
개인위생	Vệ sinh cá nhân
개학 연기	Hoãn ngày đi học
개흉수술	Phẫu thuật mở lồng ngực
객담	Đờm, đàm (ho)
객담검사	Kiểm tra đờm
객담배출제	Thuốc khử đờm
객담의 암세포검사	Kiểm tra tế bào ung thư từ đờm
객혈	Khạc huyết, ho ra máu
갱년기 우울증	Chứng trầm cảm tuổi mãn kinh
갱년기 증후군	Hội chứng mãn kinh
갱년기	Tuổi mãn kinh, kỳ mãn kinh
거담제	Thuốc khử đờm
거대결장	Chứng to đại tràng
거부반응	Phản ứng từ chối, phản vệ
거북하다	Cảm thấy khó chịu (trong bụng)
거식증	Biếng ăn
거인증	Bệnh người khổng lồ
거즈	Băng gạc
거친 음식	Món ăn khó tiêu
거칠다	Gồ ghề, sần sùi
거품	Bong bóng, bọt mép
걱정하다	Lo lắng, bất an
건 손상	Tổn thương gân
건 파열	Đứt gót chân
건, 힘줄	Gân, dây gân

건강	Sức khỏe
건강교육	Giáo dục, chăm sóc sức khỏe
건강상태 질문서	Bảng điều tra tình trạng sức khỏe
건강상태	Tình trạng sức khoẻ
건강수준 지표	Chỉ số sức khỏe
건강식품	Thực phẩm chức năng
건강을 다스리다	Quản lý, chăm lo sức khỏe
건강을 잃다	Mất sức khỏe, hết sức khỏe
건강진단검사	Kiểm tra sức khỏe
건강하다	Khỏe mạnh
건강한 식생활	Thói quen ăn uống có lợi cho sức khỏe
건망증	Chứng quên, mất trí nhớ
건봉합술	Phẫu thuật khâu gân
건선	Bệnh vảy nến
건성형술	Tạo hình gân
건염	Viêm gân
건전하다	Lành mạnh
건전한 생활	Sinh hoạt lành mạnh
건전한 취미 생활	Lối sống giải trí lành mạnh
건조 가피	Vảy khô từ vết thương
건조증	Chứng khô, ít nước (nước bọt, mồ hôi, tiểu)
건포도즙	Nước nho khô
걷기 요법	Liệu pháp đi bộ
걸리다	Mắc, lây phải bệnh
검경	Soi bằng kính hiển vi
검버섯	Vết tàn nhang, đồi mồi
검붉다	Màu đỏ sẫm
검사를 받다	Được kiểm tra
검사를 소홀히 하다	Kiểm tra sơ sài
검사하다	Kiểm tra

검상돌기	Mỏm ức
검안경	Kính soi đáy mắt
검역소	Trạm kiểm dịch
검은색깔	Màu đen
검지, 검지손가락	Ngón trỏ
검진하다	Kiểm tra sức khỏe
검체	Mẫu thử
겉모습	Bề ngoài
게실	Nang, túi
게실염	Viêm túi nang
게이지	Thước đo, tiêu chuẩn đo
겨드랑이	Nách
격리시키다	Cho cách ly
격리치료	Điều trị cách ly
격세유전	Di truyền cách thế hệ
격심해지다	Trở nên trầm trọng
견갑골	Xương bả vai
견고하다	Kiên cố, bền chắc
견관절	Khớp vai
견비통	Đau bả vai
견인	Kéo, lê, tha
견인치료	Chữa bằng cách kéo
결과	Kết quả
결리다	Đau nhức (khi cử động)
결막	Kết mạc
결막염	Viêm kết mạc
결말	Kết mạc
결석을 제거하다	Loại bỏ sỏi
결여되다	Thiếu, không đủ
결장 부분 절제술	Phẫu thuật cắt một phần đại tràng

결장	Kết tràng
결장경	Kính nội soi kết tràng
결장경 검사	Kiểm tra kết tràng bằng kính nội soi
결장염	Viêm kết tràng
결핍영양	Thiếu dinh dưỡng
결핍하다	Suy, thiếu
결핵	Bệnh lao
결핵반응검사	Kiểm tra phản ứng lao
결핵성	Mang tính lao, có tính chất lao
결핵약	Thuốc chữa lao
결핵예방 접종	Tiêm phòng lao
결핵종	U lao
결혼하다	Kết hôn
겸자	Kềm, kẹp
경계 부	Phần ranh giới
경계하여 살피다	Cảnh báo và theo dõi
경고신호	Tín hiệu cảnh báo
경골	Xương chày, xương ống quyển
경과하다	Trôi qua, trải qua
경구 감염	Lây qua đường miệng
경구 용	Đường miệng
경구투여	Cho vào bằng đường miệng
경구피임약	Thuốc tránh thai loại uống
경기장 수용능력	Sức chứa của sân
경련	Co giật, động kinh
경련을 일으키다	Gây co giật
경막	Màng cứng
경부 강직	Cứng cổ, cứng gáy
경사도	Góc nghiêng
경산부	Phụ nữ từng sinh con

경상	Vết thương nhẹ
경색	Sự nhồi máu
경색증	Chứng nhồi máu
경성하감	Bệnh hạ cam
경수로	Lò phản ứng nước nhẹ, vận động viên
경제적 손실	Tổn thất về kinh tế
경중	Nặng nhẹ (bệnh tật)
경증	Triệu chứng bệnh nhẹ
경직	Căng cứng
경직으로 발생하다	Phát sinh theo dạng cứng (u)
경추 신경	Thần kinh cột sống cổ
경추 질환	Bệnh về cột sống cổ
경추	Xương sống cổ, xương cổ
경포 전염	Truyền nhiễm qua da
경피	Qua da
경험할 수 있다	Có thể trải nghiệm
경혈	Huyệt đạo
경화	Xơ hóa
경화제	Chất làm cứng
경화증	Bệnh xơ hóa
계란	Trứng gà
계절별 차이	Sự khác biệt theo mùa
계통적	Có tính hệ thống
고개	Cổ
고개를 옆으로 돌리다	Cho cổ nghiêng về một phía
고관절	Xương mông, khớp mông
고관절 탈구	Trật khớp háng
고단백질 음식	Món ăn nhiều đạm
고달프다	Mệt mỏi
고당식	Thức ăn có nhiều đường

고도공포증	Chứng sợ độ cao
고독을 느끼다	Cảm thấy cô độc
고령	Cao tuổi
고령에 출산하다	Sinh đẻ khi nhiều tuổi
고름	Mủ vết thương
고름 같은 분비물	Chất tiết ra giống như mủ
고름궤양증	Chứng loét sinh mủ
고름이 나오다	Chảy mủ
고름주머니	Túi mủ
고막	Màng nhĩ
고막염	Viêm màng nhĩ
고막이 터지다	Thủng màng nhĩ
고무관	Ống cao su
고문 의사	Bác sĩ cố vấn
고민도	Mật độ dày
고분자	Đại phân tử
고삼투압성	Áp lực cao (áp lực vào)
고식	Kiểu cũ, phương pháp cũ
고식적 수술방법	Phương pháp phẫu thuật cũ
고약하다	Xấu xí, tồi tệ, hôi
고열	Sốt cao
고열량	Có nhiều nhiệt lượng
고엽제	Chất độc màu da cam
고온요법	Liệu pháp dùng nhiệt nóng
고요산혈증	Tăng axit ucric cao máu
고위험군	Nhóm người có mức độ rủi ro cao
고이다	Đọng, tích lại
고자	Đàn ông vô sinh
고정액	Dịch cô đặc
고지방 음식	Món ăn nhiều mỡ

고지방	Có nhiều mỡ
고지혈증	Bệnh máu nhiễm mỡ
고질병	Bệnh kinh niên, bệnh mãn tính
고통	Sự đau đớn, cơn đau
고혈압 망막증	Chứng bệnh võng mạc do cao huyết áp
고혈압 심장	Bệnh tim do cao huyết áp
고혈압	Cao huyết áp
고혈압에 의한 두통	Đau đầu do huyết áp
고혈압의 분류기준	Tiêu chuẩn để phân loại cao huyết áp
고형식	Lương thực dạng rắn
고환	Tinh hoàn
고환고정술	Kỹ thuật cố định tinh hoàn
고환도대	Ống dẫn tinh hoàn
고환염	Viêm tinh hoàn
곡류	Các loại ngũ cốc
곡선미	Vẻ đẹp đường cong
곤란	Chứng khó (nuốt, thở)
곤봉모양	Hình cái dùi cui
곤충	Côn trùng
곤충자상	Vết côn trùng đốt
골	Xương
골격	Khung xương, bộ xương
골격계	Hệ xương, khung xương
골고루 먹다	Ăn đều các thứ
골고루 섭취하다	Ăn đầy đủ và đều các chất
골고루	Đều, bằng
골관절	Khớp xương
골관절염	Viêm khớp xương, Viêm khớp háng
골극	Cựa
골다공증	Bệnh loãng xương

골다공증을 유발시키다	Gây ra chứng loãng xương
골다공증을 초래하다	Dẫn đến bệnh loãng xương
골량을 일정하게 유지한다	Duy trì mật độ xương
골량이 급격히 감소한다	Mật độ xương đột ngột giảm xuống
골막	Màng xương
골밀도 측정기	Máy đo mật độ xương
골반	Khung xương chậu
골반뼈	Xương chậu
골반염	Viêm xương chậu
골병	Bệnh nan y, bệnh khó trị
골수	Tủy sống, tủy xương
골수검사	Kiểm tra tủy sống
골수공여자	Người cho tủy sống
골수섬유화	Xơ cứng tủy sống
골수암	Ung thư tủy
골수염	Viêm tủy
골수은행	Ngân hàng tủy sống
골수이식	Cấy tủy sống
골연화증	Bệnh xương mềm
골용해	Tiêu xương, hấp thụ xương
골이식술	Thuật cấy xương, nối xương
골절 관절	Khớp xương chậu
골절	Gãy xương, khớp xương
골절상	Vết thương do xương gãy
골초	Người nghiện thuốc lá
골흡수	Tiêu xương, hấp thụ xương
곪게 되다	Mưng mủ, thành mủ
곪다	Lên mủ, mọc mủ
곰팡이	Nấm
곰팡이 피부병	Viêm da do nấm

곱똥	Phân có chất nhầy
곱슬머리	Tóc xoăn
공공장소 소독	Khử trùng địa điểm công cộng
공기 청정기	Máy lọc khí
공기	Không khí
공동	Khoang ổ
공복	Lúc bụng trống, lúc bụng đói
공수병	Bệnh sợ nước (bệnh dại)
공여자	Người cho, người tặng (tạng)
공중보건 비상사태	Tình trạng y tế khẩn cấp
공포감	Nỗi sợ hãi, tâm lý sợ hãi
공포증	Ám ảnh, nỗi sợ
공항검역	Kiểm dịch ở sân bay
공해	Ô nhiễm môi trường
공혈자	Người hiến máu
과거력	Bệnh sử, tiền sử bệnh
과대망상증	Chứng hoang tưởng
과도긴장	Căng thẳng quá mức.
과로	Quá sức
과로를 피하다	Tránh quá sức
과리방	Hột, mụn, lỗi
과립상 결절	U mụn dưới da
과민상태	Trạng thái quá nhạy cảm
과민증	Chứng mẫn cảm
과민하다	Quá nhạy cảm
과식하다	Ăn quá no, bội thực
과일	Hoa quả
과일류	Các loại hoa quả
과일즙	Nước hoa quả
과잉보호	Quá nuông chiều

과잉분비	Tiết ra quá nhiều
과잉운동증후군	Hội chứng tăng động
관	Ống dẫn
관광지 폐쇄	Đóng cửa nơi tham quan du lịch
관상	Tướng mạo
관상동맥 질환	Bệnh về động mạch vành
관상동맥	Động mạch vành
관상혈류	Dòng máu động mạch vành
관자놀이	Thái dương
관장	Thụt rửa
관장제	Thuốc rửa ruột
관장하다	Bơm qua hậu môn
관절	Khớp xương
관절 연골	Sụn khớp
관절경	Kính soi khớp
관절경검사	Kiểm tra khớp xương bằng kính nội soi
관절내시경	Nội soi khớp xương
관절손상	Tổn thương khớp xương
관절염	Viêm khớp xương
관절이식술	Kỹ thuật nối xương
관절통	Đau khớp xương
관찰하다	Theo dõi, quan sát
괄약근	Cơ tròn, cơ thắt
광견병	Bệnh dại, bệnh chó dại
광공포증	Chứng sợ ánh sáng
광대뼈	Xương lưỡng quyền, xương gò má
광물질	Chất khoáng
광우병	Bệnh bò điên
광장공포증	Chứng sợ khoảng rộng
광학현미경	Kính hiển vi quang học

괴사	Hoại tử
괴사를 일으키다	Gây ra hoại tử
괴혈병	Bệnh thiếu vitamin C (chảy máu chân răng, thiếu máu)
교감신경	Dây thần kinh giao cảm
교상	Vết cắn (do bị côn trùng và động vật cắn
교상을 입다	Bị cắn
교정수술	Phẫu thuật chỉnh hình
교통사고	Tai nạn giao thông
교환수혈	Tiếp, thay máu
구	Miệng
구각염	Viêm mép miệng
구강	Khoang miệng, vòm miệng
구강세척수	Nước súc miệng
구강암	Ung thư vòng họng
구강외과	Ngoại khoa răng hàm
구강점막	Kết mạc vòm miệng
구개	Vòm miệng
구개수	Lưỡi gà
구개열	Hở môi, hở vòm miệng
구개열증	Chứng nứt vòm miệng
구균	Khuẩn cầu
구급	Cấp cứu
구급약	Thuốc cấp cứu
구급차	Xe cấp cứu
구내건조증	Chứng khô miệng
구내염	Viêm miệng
구레나룻	Râu quai nón
구리	Đồng
구부러져 있다	Cong xuống, còng xuống
구속감	Cảm giác bị ràng buộc

구순열	Chứng hở môi
구슬땀	Mồ hôi hột
구역질	Nôn ọe, buồn nôn
구연산 중독	Ngộ độc axit citric
구연산	Axit citric
구인두	Vòm họng
구인두암	Ung thư vòm họng
구조와 기능	Cấu tạo và chức năng
구조적이상	Khác thường về cấu tạo
구진	Nốt sần
구충	Giun móc
구충제	Thuốc giun
구치	Răng hàm
구토	Nôn mửa
구토과다	Chứng nôn nhiều
구토제	Thuốc chống nôn
구협염	Chứng đau thắt ngực
구형란	Trứng hình con nhộng
국가위생 건강위원회	Ủy ban sức khỏe vệ sinh quốc gia(NHS)
국내 연구진	Đội ngũ nghiên cứu trong nước
국내 환자	Bệnh nhân trong nước
국립보건원	Viện y tế quốc gia
국민 의료 보험	Bảo hiểm y tế
국소	Cục bộ, một phần
국소마취, 부분마취	Gây tê cục bộ
국소신경증상	Chứng thần kinh cục bộ
국소점막	Niêm mạc cục bộ
국외 유입 환자	Bệnh nhân từ nước ngoài đến
국제보건규약	Quy ước bảo vệ sức khỏe thế giới (IHR)
국제비상사태 선포	Tuyên bố tình trạng khẩn cấp toàn cầu

국제적 공중보건 비상사태	Tình trạng y tế khẩn cấp toàn cầu (PHEIC)
군살	Thịt thừa
굳다	Căng cứng
굳어지다	Trở nên cứng
굳은 변	Phân cứng
굳은살	Vết chai (tay, da)
굴곡	Gấp
굴곡성 기관지	Khí quản gấp khúc
굵다	Dày
궁둥이	Cái mông
권장하다	Khuyến cáo
권태	Chán chường
권태감	Chứng mệt mỏi
궤양	Loét, lở
궤양성 대장염	Viêm loét đại tràng
궤양의 입구	Miệng vết loét
궤양의 크기	Độ lớn của vết loét
귀	Tai
귀두	Đầu dương vật
귀두염	Viêm quy đầu
귀머거리	Người bị điếc
귀먹음	Điếc
귀울림증	Ù tai
귀의 구조와 기능	Cấu tạo và chức năng của tai
귀의 질환	Bệnh về tai
귀지	Ráy tai
귓가	Vành tai
귓구멍	Lỗ tai
귓등	Sống vành tai
귓병	Bệnh tai

귓볼	Dái tai
규명되다	Kết luận là, sáng tỏ là
규칙적인 생활	Sinh hoạt điều độ
규폐증	Bệnh bụi phổi
균의 증식	Sự sinh sôi nẩy nở của vi khuẩn
균일하다	Đều, đồng đều, đồng nhất
그라프	Đồ thị, sơ đồ
극복하다	Khắc phục
극히	Vô cùng
근력	Cơ bắp, sức mạnh của cơ
근막	Màng cơ bắp
근막손상	Tổn thương màng cơ
근시	Cận thị
근위 지절	Khớp giữa của ngón tay
근육	Cơ bắp
근육 강직과 경련	Cơ bắp cứng và co giật
근육보강제	Thuốc tăng nở cơ bắp
근육수축	Co cơ, co giật
근육의 경직	Cơ bắp bị co cứng
근육이 뭉치다	Co cơ, căng cơ,giật cơ
근육이완제	Thuốc giảm căng cơ bắp
근육주사	Tiêm vào cơ bắp
근육질환	Bệnh cơ bắp
근육통	Đau cơ bắp
근육피로	Cơ bắp mệt mỏi
근육훈련	Rèn luyện cơ bắp
근이완, 근육이완	Thả lỏng cơ bắp
근이완제	Thuốc dãn cơ
근종	U cơ
근치수술	Phẫu thuật chữa tận gốc

근치적 수술방법	Phương pháp phẫu thuật cắt bỏ hoàn toàn
근치적 절제수술	Mổ cắt bỏ tận gốc
근치치료	Chữa tận gốc
근친결혼	Kết hôn cận huyết
근파열	Rách gân
글리세린	Glycerin
글리코프로테인	Glycoprotein
긁다	Gãi
금고부터, 예로부터	Từ xưa đến nay
금기사항	Điều cấm kỵ
금단증상	Hội chứng rút thuốc
금발	Tóc vàng
금연하다	Cấm hút thuốc
금욕	Cấm dục
금주하다	Cai rượu, bỏ rượu
급성	Cấp tính
급성 복통	Đau bụng cấp tính
급성 신부전증	Chứng suy thận cấp tính
급성 신우신염	Viêm cầu thận cấp tính
급성 약물중독	Ngộ độc thuốc cấp tính
급성 위암	Ung thư dạ dày cấp tính
급성 위염	Viêm dạ dày cấp tính
급성 인후염	Viêm họng cấp tính
급성 장염	Viêm ruột cấp
급성 저혈압	Thấp huyết áp cấp tính
급성 호흡곤란 증후군	Hội chứng khó thở cấp tính (ARDS)
급성	Cấp tính
급소	Huyệt
급속도로 퍼져가고 있다	Đang lan ra nhanh chóng
급속하다	Nhanh, nhanh chóng

급증하다	Tăng đột biến
긍정적 사고를 가지다	Có tư duy tích cực
긍정적	Tính tích cực
기간이 경과하다	Thời gian trôi qua
기계적	Thuộc về cơ học
기관, 기관지	Khí quản
기관개구술	Mở thông khí quản (mở khí quản)
기관삽관술	Kỹ thuật đưa ống vào khí quản
기관지 점막	Niêm mạc khí quản
기관지 천식	Hen suyễn phế quản
기관지 촬영법	Chụp X-quang phế quản
기관지 확장제	Thuốc làm dãn khí quản
기관지 확장증	Chứng dãn phế quản
기관지, 폐첨	Cuống phổi
기관지경 검사	Nội soi phế quản
기관지염	Viêm phế quản
기관지종양	U khí quản
기낭	Túi khí
기능성	Kỹ năng, chức năng
기능저하증	Chứng suy giảm chức năng
기능항진증	Chứng tăng cường chức năng
기대되다	Trông chờ, mong đợi
기도	Khí quản
기도내 이물	Dị vật trong khí quản
기도확보	Làm thông khí quản
기립성	Tính thăng bằng
기립하다	Đứng dậy
기미	Dấu hiệu, triệu chứng, vết nám da
기본접종	Tiêm phòng cơ bản
기분장애	Tâm trạng bất thường

기생충 구충제	Thuốc diệt ký sinh trùng
기생충 질병	Bệnh do ký sinh trùng
기생충	Ký sinh trùng
기생하다	Ký sinh, sống ăn bám, sống nhờ
기수흉증	Tràn dịch màng phổi
기아	Thiếu ăn
기어 다니다	Bò, trườn
기억상실	Mất trí nhớ
기온차이	Chênh lệch về nhiệt độ
기운이 없다	Mệt mỏi
기저귀	Bỉm, tả lót
기저귀	Cái bỉm, tã lót
기절하다	Bất tỉnh, ngất (xỉu)
기좌호흡	Bệnh khó thở khi nằm
기증하다	Tặng, hiến
기지개	Vươn vai
기질적	Thuộc về tố chất, cơ địa
기초의학의 발달	Sự phát triển của nền y học cơ bản
기초체력	Thể lực cơ bản
기침	Cơn ho
기침약	Thuốc ho
기침하다	Ho
기침할 땐 옷소매로 입을 가리다	Dùng tay áo che khi ho
기포, 거품	Bọt, bong bóng
기하급수적	Thuộc cấp số cộng
기형	Dị hình, dị tật
기형아	Trẻ dị hình
기호품	Loại tốt, loại được ưa thích
긴장도	Mức độ căng thẳng
긴장하다	Căng cứng (bắp đùi)

긴장형 두통	Đau đầu do căng thẳng
긴소매 옷을 입다	Mặc áo dài tay
길다	Dài
길몽	Mộng lành
깁스를 하다	Bó bột
깊다	Sâu (nước)
깊이 패이다	Trũng sâu xuống
까치발	Sự kiễng chân
깔때기 모양	Mô hình cái phễu (lõm)
깨어지다	Bể vỡ
꺼지게 되다	Bị dập tắt (dịch bệnh)
껍질	Vỏ, bì, da
꼬리	Đuôi
꼭지	Núm vú, nhũ hoa
꽃가루 알레르기	Dị ứng phấn hoa
꽃가루	Phấn hoa
꾀병	Giả bệnh
꾀병을 부리다	Giả bệnh, giả vờ bệnh
꾸중을 하다	La mắng, trách móc
꿀물	Nước mật ong
꿈	Giấc mơ
꿈을 꾸다	Mơ ngủ
꿰맨 자국	Vết khâu
끈끈하다	Dinh dính, nhầy nhầy
끈끈한 점액	Dung dịch nhầy nhầy
끓다	Sôi, đun sôi
끼다	Kẹp
낌새	Dấu hiệu, triệu chứng

ㄴ

나누어 복용하다	Chia ra để uống (thuốc)
나무	Gỗ
나무판자	Tấm ván gỗ
나병	Bệnh cùi, phong
나이	Tuổi
나체	Lõa thể,khỏa thân
나트륨	Natri
나팔관	Ống dẫn trứng
낙태	Nạo thai
낙하산 반사	Phản xạ rơi tự do
난관	Ống dẫn trứng
난관염	Viêm ống dẫn trứng
난관임신	Mang thai trong vòi
난관절제술	Phẫu thuật cắt ống dẫn trứng
난류	Các loại trứng
난산	Sinh đẻ khó, khó sinh
난세포	Noãn bào
난소	Buồng trứng
난소암	Ung thư buồng trứng
난소염	Viêm buồng trứng
난소의 종양	Khối u buồng trứng
난소적제술	Cắt bỏ noãn sào
난시	Loạn thị
난자	Tế bào trứng (của con cái), noãn
난청	Điếc, lãng tai
난치병	Bệnh khó điều trị, bệnh nan y
난치성 빈혈	Bệnh thiếu máu khó chữa
난포	Noãn bào

날숨	Thở ra
날카롭다	Sắc sảo, đau nhói
남성 호르몬제	Thuốc tăng hormone nam
남성	Nam tính
남성갱년기	Tuổi mãn kinh nam
남성호르몬	Hormone nam
남용하다	Lạm dụng (thuốc, v.v.)
남자	Nam giới
납	Chì
납작코	Mũi tẹt
납중독	Ngộ độc chì
낫다	Khỏi bệnh
낭	Túi
낭종	U nang
낭포	Túi nang
낭포형	Loại hình túi
낮잠	Ngủ ngày
낯	Khuôn mặt
내강	Vùng trống trong bụng
내과 의사	Bác sĩ nội khoa
내과 전문의	Bác sĩ chuyên khoa nội
내과	Nội khoa
내뱉다	Khạc, nhổ ra
내복약	Thuốc uống
내부 누공	Thủng lỗ bên trong
내부적 원인	Nguyên nhân bên trong
내분비 질환	Bệnh nội tiết
내분비기능	Chức năng nội tiết
내분비선	Tuyến nội tiết
내성	Lờn thuốc

내성적	Tính hướng nội, khép kín
내쉬다	Thở ra
내시경	Nội soi
내시경 검사	Kiểm tra nội soi
내시경 수술하다	Mổ nội soi
내시경	Nội soi
내외	Trong và ngoài
내외치핵	Trĩ nội và trĩ ngoại
내의	Nội y
내인성 천식	Hen suyễn do nguyên nhân trong cơ thể
내장	Nội tạng
내장신경	Thần kinh nội tạng
내출혈	Xuất huyết trong
내측 늑막	Màng phổi trong
내측 반월	Sụn chêm trong
내측부인대	Cơ(dây chằng) màng trong
내측연골	Sụn chêm trong
내측인대	Dây chằng trong
내치핵	Bệnh trĩ nội
내피세포	Tế bào nội bì
냄새	Mùi
냉	Bệnh huyết khí hư của phụ nữ
냉각 스프레이	Xịt làm lạnh
냉각요법	Liệu pháp làm lạnh
냉동요법	Liệu pháp đông lạnh
냉동치료	Điều trị đông lạnh
냉동하다	Đông lạnh, làm đông lạnh
냉방병	Bệnh phòng máy lạnh
냉수족증	Bệnh lạnh chân tay
냉찜질	Chườm lạnh

냉찜하다	Chườm lạnh
넓적다리	Đùi, bắp đùi
노른자	Lòng đỏ trứng
노망	Bệnh hay quên, lú lẫn
노안	Mắt kém, mắt già
노인	Người cao tuổi
노인성 치매	Đãng trí do tuổi già
노인의학	Lão bệnh học
노출자	Người hay tiếp xúc nguồn lây bệnh
노폐물	Chất thải
노화	Lão hóa
노화현상	Hiện tượng lão hóa
노후사회	Xã hội người già
녹내장	Bệnh tăng nhãn áp
녹변을 보다	Đi ngoài phân xanh (trẻ sơ sinh)
농	Mủ vết thương
농가진	Chứng loét sinh mủ, bệnh chốc lở
농뇨	Nước tiểu có mủ
농루	Chảy mủ
농양	Áp xe, nhiễm trùng tụ cầu
농축 적혈구	Hồng cầu cô đặc
농축	Cô đặc
농포	Mụn mủ
농피증	Bệnh mủ da
뇌 부종	Phù não
뇌 수막자극	Kích thích màng não
뇌 신경, 두개 신경	Thần kinh não
뇌 파손	Chấn thương sọ não
뇌	Não
뇌경색	Nhồi máu não

뇌교	Cầu não
뇌동맥 경화증	Chứng xơ cứng động mạch não
뇌동맥	Động mạch não
뇌막	Màng não
뇌막염	Viêm màng não
뇌빈혈	Thiếu máu não
뇌사	Sự chết não
뇌성마비	Liệt não
뇌수막염	Viêm màng não
뇌신경외과	Khoa thần kinh (não)
뇌암	Ung thư não
뇌에 산소공급	Cung cấp oxy cho não
뇌염	Viêm não
뇌의 산소 결핍증	Chứng thiếu oxy cho não
뇌졸중	Bệnh đột quỵ
뇌종양	Khối u não
뇌진탕	Chấn thương não
뇌질병	Bệnh về não
뇌출혈	Xuất huyết não
뇌출혈의 치료	Trị liệu bệnh xuất huyết não
뇌파검사	Kiểm tra sóng não
뇌하수체 후엽	Thùy sau của tuyến yên
뇌하수체	Tuyến yên
뇌혈관	Mạch máu não
뇌혈관 파열	Vỡ mạch máu não
뇨당	Tiểu đường
뇨산	Axit uric
뇨폐물	Cặn bã trong nước tiểu
누공	Lỗ thủng
누액 분비	Chảy nước mắt

눈	Mắt
눈 돌출	Lồi mắt
눈 삐다	Dụi mắt
눈가	Vành mắt
눈곱	Ghèn mắt
눈꺼풀	Mí mắt
눈꼬리	Đuôi mắt
눈동자	Con ngươi
눈망울	Nhãn cầu
눈매	Ánh mắt
눈물 구멍	Lỗ tuyến nước mắt
눈물 흘림	Chảy nước mắt
눈물	Nước mắt
눈물샘	Tuyến nước mắt
눈병	Bệnh đau mắt
눈살	Nếp nhăn ở mí mắt
눈썹	Lông mày, chân mày
눈알	Đồng tử, con ngươi
눈의 구조와 기능	Cấu tạo và chức năng của mắt
눈의 안주 검사	Kiểm tra đáy mắt
눈의 질환	Bệnh của mắt
눈이 충혈되다	Mắt bị sung huyết
늑간 신경통	Đau dây thần kinh liên sườn
늑간	Liên sườn
늑간근육	Cơ liên sườn, cơ gian sườn
늑간신경	Dây thần kinh liên sườn
늑골	Xương sườn
늑막	Màng phổi
늑막강	Khoang màng phổi
늑막액	Dịch màng phổi

늑막염	Viêm màng phổi
늑막유착	Kết dính màng phổi
늘어난다	Dãn (dây chằng)
늙다	Già, cũ
능동감시	Tích cực giám sát, giám sát chủ động
늦게 전이	Di căn muộn
늦다	Muộn, trễ
늦잠	Ngủ muộn
니코틴	Nicotin (trong thuốc lá)

ㄷ

다갈증	Chứng uống nhiều
다낭포신	Bệnh thận đa nang
다뇨	Tiểu tiện nhiều
다뇨증	Bệnh tiểu nhiều
다래끼	Ghèn mắt, ghèn
다래끼	Mụn lẹo mắt
다리	Chân
다발 관절염	Viêm đa khớp
다발성	Tính tự phát
다발성 경화증	Bệnh đa xơ cứng
다슬기	Con ốc vặn, ốc xoắn
다시	Lại, lặp lại
다식하다	Ăn nhiều
다운	Suy giảm
다운증후군	Hội chứng Down
다이어트 약	Thuốc giảm cân
다이어트하다	Ăn kiêng, ăn chay
다인자성	Tính đa nhân tử

다치다	Bị thương
다혈질	Nóng tính
단당류	Loại đường đơn
단명	Đoản thọ
단발머리	Tóc ngắn, tóc lửng
단백뇨	Protein niệu (đạm niệu)
단백질	Chất đạm
단백질량	Lượng đạm
단백질의 섭취	Ăn nhiều đạm
단번	Chỉ một lần
단수	Đoản thọ
단체 모임이나 행사 취소	Hủy các chương trình lễ hội hoặc tập trung đông người
단층촬영	Chụp cắt lớp
단핵구	Bạch cầu đơn nhân
달래다	An ủi, dỗ dành
달리기	Chạy
닭 가슴	Ức gà
담	Đờm
담관	Ống dẫn mật
담낭 결석	Sỏi túi mật
담낭	Túi mật
담낭벽	Thành túi mật
담낭염	Viêm túi mật
담도	Ống mật
담도 결석	Sỏi trong ống mật
담마진	Nổi mề đay, dị ứng
담배	Thuốc lá
담석	Sỏi mật
담석증	Bệnh sỏi mật
담즙	Dịch mật

답답하다	Khó chịu
당	Đường, chất ngọt
당뇨 스틱	Que thử đường huyết
당뇨	Tiểu đường
당뇨병	Bệnh tiểu đường
당단백질	Glycoprotein
당질	Chất đường
당화 혈색소	Huyết sắc tố đường hóa (glycosylated hemoglobin)
닿다	Động tới, chạm tới
대구치	Răng nhai số 5 tính từ răng cửa
대기관	Bầu khí quyển
대기실	Phòng chờ
대기압	Áp suất không khí
대기오염	Ô nhiễm không khí
대뇌	Đại não, não lớn
대동맥	Động mạch chủ
대동맥판 협착	Hẹp động mạch chủ
대동맥판	Van động mạch chủ
대두	Đầu to
대량	Lượng lớn
대머리	Hói đầu
대변	Đại tiện
대변완화제	Thuốc lợi đại tiện
대부분	Đa số, đại bộ phận
대부분을 차지하다	Chiếm phần lớn, chiếm đại bộ phận
대사 산물	Chất sinh ra trong quá trình trao đổi chất
대사	Trao đổi chất
대사장애	Khó khăn trong việc trao đổi chất
대설증	Tật lưỡi to
대용식	Thức ăn thay thế

대인관계요법	Liệu pháp quan hệ đối nhân
대장	Đại tràng
대장 내시경 검사	Kiểm tra nội soi đại tràng
대장 속	Trong ruột
대장경	Soi ruột kết tràng
대장궤양	Bệnh viêm loét ruột
대장균	Khuẩn đại tràng
대장설사	Tiêu chảy
대장암	Ung thư đại tràng
대장염	Viêm đại tràng
대정맥	Tĩnh mạch chủ
대주기로	Theo chu kỳ dài
대중매체	Trung gian lây bệnh
대증요법	Liệu pháp đối chứng
대천문	Thóp đầu
대체치료	Liệu pháp thay thế
대추	Táo tàu
대칭성	Có tính đối xứng
대퇴 신경	Thần kinh đùi
대퇴골	Đùi, xương đùi
대퇴동맥	Động mạch đùi
대퇴부	Đùi
대하	Khí hư, huyết trắng
덥다	Nóng
덧니	Răng khểnh
덩어리	Khối, tảng, cục
덩어리가 만져지다	Nắn, sờ thấy có khối u, có hạch
도관	Ống dẫn
도시 봉쇄	Phong tỏa thành phố
도파민	Dopamine

도포약	Thuốc bôi
도핑 테스트	Kiểm tra doping
도한	Mồ hôi trộm
독감	Cúm
독극물	Chất cực độc
독립심	Tính độc lập
독버섯	Nấm độc
독소	Độc tố
독소형 식중독	Ngộ độc thức ăn do độc tố
독액	Nọc độc
돌 전후에	Trước sau tuổi thôi nôi
돌기	Chỗ sưng bướu
돌림병	Bệnh dịch
돌발성	Đột phát, đột xuất
돌연변	Đột biến, đột biến gien
돌연변이	Đột biến gien
돌연사	Đột tử
돌출되다	Bị lồi ra (nhãn cầu)
돌출부위	Phần lòi ra
동강	Mẩu, miếng, đoạn
동공	Đồng tử, con ngươi
동맥	Động mạch
동맥 경화증	Xơ cứng động mạch
동맥염	Viêm động mạch
동물성 지방	Mỡ động vật
동반하다	Đi cùng, đi theo, kéo theo
동사하다	Chết cóng, chết rét
동상	Nứt da, bỏng lạnh
동성연애	Đồng tính luyến ái
동양	Phương đông

동양의학	Y học phương đông
동양인	Người phương đông
동위원소 검사	Kiểm tra bằng nguyên tố đồng vị
동일화	Đồng nhất hóa
동종	Cùng loại
동종골	Xương cùng loại
동통	Sự đau buốt,sự nhức nhối
돼지코	Mũi heo
되풀이하다	Lặp đi lặp lại
두개골	Xương đầu, xương sọ
두겹	Hai lớp, hai tầng
두근거리다	Đập thình thịch
두껍다	Dày lên
두뇌	Đầu óc, bộ não
두드러기	Dị ứng, mề đay
두위	Chu vi đầu
두통	Đau đầu
두통약	Thuốc chống đau đầu
두피	Da đầu
둔부	Vòng mông
둔통	Đau âm ỉ
뒤어금니	Răng hàm
뒤집다	Lật ngửa, lật
뒤통수	Ót, gáy
뒤틀린다	Vặn người, lộn người
드물다	Hiếm, ít
들숨	Thở vào, hít vào
들어가다	Lõm vào
들창코	Mũi hếch
등	Lưng, eo

등지다	Tựa, tì lưng, tì đè
디스토마	Sán lá (distima)
디프테리아	Bệnh bạch hầu
D형	Nhóm D
따귀	Thái dương
따돌리다	Cô lập, bỏ rơi
딸기코	Mũi cà chua
딸꾹질	Nấc cụt
땀	Mồ hôi
땀구멍	Lỗ chân lông
땀을 흘리다	Chảy mồ hôi
땀이 많이 나다	Ra nhiều mồ hôi
때	Ghét, đất
떨다	Run, run rẩy
떨림증	Chứng run chân tay
떼다	Rứt ra, rút ra, thôi bú
또래	Lứa, cùng bầy
똥	Phân
똥구멍	Hậu môn
똥배	Bụng phệ (bỏ bụng phân)
뛰다	Chạy, nhảy
뜸	Giác nóng, giác thuốc

ㄹ

라디에이터	Bộ tản nhiệt (Radiator)
락토바실라이	Lactobacilli
렌즈	Thấu kính, kính áp tròng
리듬	Nhịp, điệu
리팜핀	Rifampin

림프	Hạch bạch huyết
림프부종	Sưng hạch
림프절염	Viêm hạch
림프종	U hạch limpho

ㅁ

마귀가 붙었다	Bị ma quỷ nhập vào
마렵다	Bí, buồn (đại, tiểu tiện)
마렵다	Mót đại tiện, mót tiểu tiện
마른 기침	Ho khan
마리화나	Cần sa
마비	Tê liệt, liệt, bại liệt
마비성 장 폐색	Tắc ruột dạng tê liệt
마비약	Thuốc gây tê
마스크 착용	Đeo khẩu trang, mặt nạ
마스크	Khẩu trang, mặt nạ
마스크를 착용하다	Đeo khẩu trang
마약	Thuốc phiện, ma túy
마취	Gây mê, gây tê
마취과 의사	Bác sĩ gây mê
마취제	Thuốc gây mê, chất gây tê
막히다	Bị tắc
만 5 세까지	Cho đến khi đầy 5 tuổi
만곡	Vẹo, cong cột sống
만성 폐쇄성 질환	Phổi tắc nghẽn mãn tính
만성	Mãn tính
만성병	Bệnh mãn tính
만성비염	Viêm mũi mãn tính
만성적 두통	Đau đầu mãn tính

만성적으로 빈혈	Thiếu máu mãn tính
만성질환	Bệnh mãn tính
만져지지 않다	Không sờ thấy
많이 붓다	Sưng to lên
말굽모양	Hình móng ngựa
말굽모양으로 구부러지다	Cong hình móng ngựa
말기 신부전증 환자	Người bệnh suy thận giai đoạn cuối
말기	Cuối kỳ, giai đoạn cuối
말기암	Ung thư cuối kỳ cuối, ung thư giai đoạn cuối
말단비대증	Bệnh to đầu chi
말라리아	Bệnh sốt rét
말랑말랑하다	Mềm mềm
말초	Ngoại biên
맛	Vị (nói chung)
망막	Võng mạc
망막이 붓다	Võng mạc bị sưng lên
망상증	Bệnh ảo tưởng
망상하다	Mộng tưởng, nhầm tưởng
맞물리다	Làm cho khớp nhau
맞붙다	Dính vào nhau
매개	Môi giới, trung gian (lây bệnh)
매달리다	Bị lôi kéo, bị lây lan
매독	Bệnh giang mai
매부리코	Mũi diều hâu
매우 예민하다	Quá nhạy cảm
매우	Quá,rất
매점매석	Itch trữ hàng hóa
맥	Mạch
맥박	Mạch, tim mạch
맥박수	Chỉ số mạch (nhịp tim)

맥아	Mạch nha
맥을 짚다	Bắt mạch
맹장	Ruột thừa
맹장염	Viêm ruột thừa
머금다	Ngậm trong miệng
머리	Đầu, tóc
머리둘레	Chu vi đầu
머리뼈	Xương đầu, xương sọ
머리염색약	Thuốc nhuộm tóc
머리카락	Sợi tóc, tóc
머리털	Tóc
머큐로크롬	Thuốc đỏ
먹기 간편하다	Dễ dàng khi ăn
멀미	Say tàu xe, thuyền
멀미약	Thuốc chống say tàu xe
멍, 멍들다	Vết bầm, vết thâm
멍울	Vết u, vết sưng, cục bướu
메스껍다	Buồn nôn
면역 효과	Hiệu quả miễn dịch
면역	Miễn dịch
면역결핍	Thiếu khả năng miễn dịch
면역력	Khả năng miễn dịch
면역억제	Ức chế miễn dịch
면역억제요법	Liệu pháp ức chế miễn dịch
면역요법	Liệu pháp miễn dịch
면역형광법	Miễn dịch huỳnh quang
명치	Ức
명치부분	Phần ức
명치의 중간	Chính giữa ngực
모공	Lỗ chân lông

모기	Muỗi
모낭	Nang lông
모로반사	Phản xạ tự nhiên
모르핀	Morphine
모세혈관	Mao mạch máu
모양	Hình dáng
모유	Sữa mẹ
모유량	Lượng sữa mẹ
모유의 성분	Thành phần sữa mẹ
모자라다	Thiếu, không đủ
모체	Cơ thể mẹ, cơ thể gốc
목	Cổ
목구멍	Họng, miệng
목덜미	Gáy
목동맥 팽대	Động mạch cổ phình to
목발	Chân gỗ, nạng gỗ, nạng
목뼈	Xương sống cổ
목소리	Giọng nói
목소리가 쉬다	Giọng nói bị khản, khản giọng
목이 쉬다	Khản (giọng)
목젖	Thanh quản
목조름	Thắt cổ, bóp cổ
목표 대상	Mục tiêu
몰두하다	Miệt mài việc gì
몸	Cơ thể
몸매	Hình dáng cơ thể
몸무게, 체중	Trọng lượng cơ thể
몸살	Mỏi mệt
몸이 쑤시다	Cơ thể đau nhức
몸집	Cơ thể, thể hình

몸통	Hình dáng cơ thể
몽상하다	Mộng tưởng, ảo tưởng
몽유병	Bệnh mộng du
무감각	Cảm giác tê
무게	Trọng lượng
무관하다	Không có liên quan
무균병실	Phòng vô khuẩn
무기력증	Tình trạng mệt mỏi
무기력한 증상	Hiện tượng mệt mỏi
무기질	Chất vô cơ, chất khoáng
무능력	Không có năng lực
무릎	Đầu gối
무릎관절	Khớp gối
무릎받이, 가죽	Miếng lót bảo vệ đầu gối
무릎보호대	Bịt ống quyển
무릎부상	Chấn thương đầu gối
무방하다	Không sao, không vấn đề gì
무산소 운동	Vận động yếm khí
무산소	Không có oxy
무성생식	Sinh sản vô tính
무심코	Vô tâm, vô ý, không để ý
무월경	Không có kinh nguyệt
무조건	Vô điều kiện
무좀	Bệnh nấm ở chân, viêm da chân
무종	Phù nề
무증상 감염	Lây nhiễm mà không có triệu chứng gì
무증상 잠복기	Thời kỳ ủ bệnh không triệu chứng
무증상	Không có triệu chứng
무통성	Không đau
무표정	Không có biểu hiện

무한정	Không hạn định
문병	Thăm bệnh
문신	Xăm mình, hình xăm
문지르다	Chà, xát, xoa bóp
물	Nước
물걸레	Khăn ướt
물렁뼈	Xương mềm, xương sụn
물로	Bằng nước
물료내과	Khoa vật lý trị liệu
물리다	Bị cắn
물리치료	Vật lý trị liệu
물리치료	Vật lý trị liệu (phục hồi chức năng)
물리치료사	Nhân viên vật lý trị liệu
물약	Thuốc nước
물주머니	Túi đựng nước
물질을 분비하다	Tiết ra chất
물집	Ghẻ nước, vết lở nước
물콩팥증	Bệnh ứ nước tiểu trong thận
물파스	Thuốc xoa bóp dạng nước
물혹	U lành, u nước
묽게 하다	Giảm nồng độ, làm cho loãng ra
묽다	Loãng, không đặc
뭉치다	Co cứng
뭉툭해지다	Trở nên cùn, mòn, tù
미각	Vị giác
미분	Bột gạo
미상하다	Chưa xác định được rõ ràng
미세수술	Tiểu phẫu
미세현미경	Kính hiển vi phóng đại
미숙아	Trẻ còn non tháng

미열	Sốt nhẹ
미지근하다	Âm ấm; lãnh đạm, nhạt nhẽo, thờ ơ
미지근한 물	Nước ấm
밀도	Mật độ
밀도가 높게 증가	Mật độ tăng cao
밀려 들어가다	Nhét vào, đầy vào
밀접한 접촉	Tiếp xúc gần
밀폐되다	Kín, đóng kín

ㅂ

바가지 가격	Giá cắt cổ
바이러스 돌연변이	Đột biến thể của virut
바이러스 변이	Biến thể của virut
바이러스 보균자	Người có mang virut
바이러스 분리	Tách virut
바이러스 집단	Nhóm vi rút
바이러스 항체	Kháng thể virus
바이러스	Virus
바이러스성 폐렴	Viêm phổi do virut
박동	Mạch
박쥐	Con dơi
박출량	Lượng máu đẩy đi
반맹현상	Hiện tượng mù một bên
반문	Vết ban
반복하다	Lặp đi lặp lại
반사	Phản xạ
반숙하다	Chín một nửa, chín tái
반신불수	Liệt nửa người
반신이 마비되다	Liệt nửa người

반월상 연골, 반월 연골	Sụn chêm
반응	Phản xạ
반점	Vết thâm, nốt ruồi
반창고	Băng cá nhân
반항심	Tính chống đối
반흔	Vết sẹo
받치다	Nâng đỡ, chống đỡ
발 뒤꿈치	Gót chân
발	Chân
발가락	Ngón chân
발견	Phát hiện
발견되다	Được phát hiện ra
발견이 늦어지다	Phát hiện muộn (bệnh)
발견이 쉬워지다	Dễ phát hiện ra
발기	Cương dương
발기부전	Liệt dương, rối loạn cương dương
발꿈치뼈	Xương gót chân
발등	Mu bàn chân
발목	Cổ chân
발목을 삐다	Trặc cổ chân
발바닥	Lòng bàn chân
발발하다	Bùng phát
발병	Phát bệnh
발병률	Tỷ lệ phát bệnh
발병하다	Phát bệnh, sinh bệnh
발생률	Tỷ lệ phát bệnh
발생빈도	Tần số, nhịp độ phát sinh (bệnh tật)
발생요인	Nhân tố phát sinh
발생하다	Phát sinh, sinh ra (bệnh tật,…)
발성 곤란증	Chứng khó phát âm

발암물질	Chất gây ung thư
발암성 화학물질	Chất hóa học gây ung thư
발열	Phát sốt, nóng sốt
발열기	Thời kỳ phát nhiệt, phát sốt
발열하다	Sốt
발열환자	Bệnh nhân bị sốt
발영양제	Thuốc dưỡng tóc
발육부전	Buồng trứng kém phát triển
발작하다	Co giật
발진	Phát ban, vết ban
발진티푸스	Sốt phát ban
발치	Nhổ răng
발톱	Móng chân
발한기	Thời kỳ phát lạnh trong cơ thể
발효유	Sữa lên men
밝히다	Làm sáng tỏ
밥통	Dạ dày
방광	Bàng quang, bọng đái
방광결석	Sỏi bàng quang
방광암	Ung thư bàng quang
방광염	Viêm bàng quang
방광요관 역류	Hồi lưu niệu quản bàng quang
방귀	Bùng, thùm (đánh rắm)
방면	Phương diện
방법	Phương pháp
방사선 면역분석	Thử nghiệm miễn dịch phóng xạ
방사선 요법	Liệu pháp xạ trị
방사선 촬영술	Phép chụp X - quang
방사선	Tia phóng xạ
방사선치료	Trị liệu bằng tia phóng xạ

방사성동위원소	Đồng vị phóng xạ
방어반응	Phản ứng phòng vệ
방역 작업	Công tác phòng dịch
방울	Giọt (chất lỏng, sữa)
방지하다	Phòng chống
방추형	Hình chóp
방호복	Quần áo bảo hộ
방호안경	Kính bảo hộ
배	Bụng
배꼽 탈장	Chứng sa ruột vùng rốn
배꼽	Rốn
배꼽주위	Xung quanh rốn
배농수술	Phẫu thuật làm sạch mủ
배농시키다	Rút mủ ra, hút mủ
배농하다	Hút mủ ra
배뇨	Tiểu tiện
배뇨장해	Chứng khó bài niệu, rối loạn tiểu tiện
배뇨종양	U niệu đạo
배뇨통	Đau niệu đạo
배란	Sự rụng trứng
배변	Đi tiểu, đại tiểu tiện
배설	Bài tiết
배설기관	Cơ quan bài tiết
배설물	Chất bài tiết, phân, tiểu
배아	Phôi thai
배양	Nuôi cấy
배양기간	Thiết bị nuôi cấy
배열순서	Thứ tự bố trí
배출되다	Xuất ra, bài tiết ra, đào thải ra
배탈	Tiêu chảy, đau bụng tiêu chảy

백내장	Đục thủy tinh thể
백반증	Bệnh bạch cầu
백발	Tóc trắng
백신	Vắc-xin
백인	Người da trắng
백일해	Bệnh ho gà
백태	Màng trắng ở lưỡi
백해무익하다	Hoàn toàn vô ích, hoàn toàn có hại
백혈구	Bạch cầu
백혈구감소증	Chứng giảm bạch cầu
백혈병	Bệnh máu trắng
밴드	Băng cá nhân
밸브	Van, chốt
뱃멀미	Say sóng
버짐	Bệnh viêm da
번식하다	Sinh sôi, sinh ra (vi khuẩn)
벌겋게 부어오르다	Sưng đỏ tấy lên
범국가적	Thuộc phạm vi toàn quốc
범혈구감소증	Bệnh giảm toàn thể huyết cầu
벙어리	Người câm
베이다	Bị đứt (tay)
벽 두께	Độ dày của vách ngăn
변	Đại tiện
변동이 적 다	Ít có biến động
변비	Táo bón
변비약	Thuốc trị táo bón
변성기	Thời kỳ bể giọng
변을 부드럽게 만들다	Làm cho đại tiện dễ dàng hơn
변장술	Kỹ thuật cải trang
변종	Biến thể

변증	Biến chứng
변형되다	Biến hình, thay đổi hình dạng
변형방지	Đề phòng sự biến dạng
변화	Biến hóa
별나다	Bất thường
병	Bệnh
병균	Bệnh khuẩn
병기	Thời kỳ bệnh
병들다	Mắc bệnh
병리	Bệnh lý
병리조직학	Tổ chức học bệnh lý
병명	Tên bệnh
병문안	Thăm bệnh
병상	Giường bệnh
병실	Phòng bệnh
병에 걸리다	Mắc bệnh
병용하다	Dùng chung
병원	Bệnh viện
병원내 감염	Lây nhiễm trong bệnh viện
병원분만	Sinh ở bệnh viện
병원소	Yếu tố nguồn bệnh
병원체	Virus gây bệnh
병을 고치다	Chữa bệnh
병의 경과	Quá trình bệnh
병이 낫다	Khỏi bệnh
병적원인	Nguyên nhân từ bệnh
보강훈련	Tập tăng cường sức mạnh
보건기구	Cơ quan y tế
보건소	Trạm y tế
보고되다	Có kết quả, có phán đoán

보균자	Người ủ bệnh
보상	Đền bù, sự bồi thường
보약	Thuốc bổ
보조개	Lúm đồng tiền
보조식품	Thực phẩm hỗ trợ
보조요법	Liệu pháp hỗ trợ
보지	Âm hộ
보채고 울다	Khóc và quấy rầy
보채다	Uốn éo, quấy rầy (vì bệnh)
보청기	Máy trợ thính
보충요법	Liệu pháp bổ sung
보행기	Máy tập đi bộ
보행장애	Đi lại khó khăn, khó đi
보호 장비	Thiết bị bảo hộ
보호대	Bịt ống quyển, rờ-te, miếng bảo hộ, thiết bị bảo hộ
복귀하다	Khôi phục lại
복근	Cơ bụng
복막	Phúc mạc, màng bụng,
복막염	Viêm màng bụng có tính lao
복부	Vùng bụng
복부 통증	Đau vùng bụng
복부팽만	Căng bụng, phình bụng
복숭아뼈	Xương mắt cá
복용방법	Cách uống thuốc
복용하다	Uống thuốc
복장뼈, 갈비뼈	Xương sườn
복제인간	Người vô tính
복제정맥	Tĩnh mạch nhân bản
복통	Đau bụng, đau vùng bụng
볼	Má

볼거리	Bệnh quai bị
볼기	Mông
볼록 튀어나오다	Lồi ra, nhô ra
봉대	Băng (để băng bó)
봉쇄하다	Phong tỏa
봉합술	Phẫu thuật nối, khâu
봉합하다	Quấn băng, băng bó
부검	Khám nghiệm tử thi
부드럽게 마사지하다	Xoa bóp nhẹ
부드럽다	Nhẹ nhàng, mềm mại
부목	Nẹp
부분 마취	Gây mê cục bộ
부분	Bộ phận
부비강염	Viêm xoang
부비동	Xoang
부비동염	Viêm xoang
부상 이력	Lý lịch chấn thương
부상, 상처	Chấn thương, vết thương
부상부위	Vị trí chấn thương
부상예방	Phòng ngừa chấn thương
부상하다	Bị chấn thương
부스럼	Mụn, nhọt
부어오르다	Nở to lên, phình to lên
부위	Vùng, xung quanh
부위로 전이가 되다	Di căn sang xung quanh
부인과 의사	Bác sĩ phụ khoa
부인과	Khoa phụ sản
부작용	Tác dụng phụ
부전	Suy giảm tính năng
부족하다	Thiếu, không đủ

부종	Phù nề
부종을 감소시키다	Giảm phù
부종이 생기다	Sinh ra phù
부종이 있다	Bị phù
부풀다	Phình to lên, trướng
분류하다	Phân loại
분만하다	Đẻ, sinh nở
분말약	Thuốc bột
분명하다	Rõ ràng
분비물	Chất tiết ra, mủ tiết ra
분비선	Tuyến nội tiết
분석	Phân tích
분열	Sự phân tách
분유	Sữa bột, sữa bò bột
분적으로 작용하다	Có tác dụng làm hưng phấn
분출성 구토	Nôn trào chất trong bụng ra
분출성	Xuất ra, tiết ra
분해	Sự phân giải
분해를 억제하다	Hạn chế sự phân giải
분해산물	Chất được phân giải ra
불가피하다	Bất khả kháng
불가피한 손상	Tổn thương không tránh khỏi
불결하다	Bẩn, không sạch
불구하다	Bất chấp, cho dù
불규칙하다	Không điều độ
불량, 나쁘다	Xấu
불로장수약	Thuốc trường sinh bất lão
불면증	Bệnh mất ngủ
불명열 (원인 불명의 열)	Sốt không rõ nguyên nhân
불안증	Bệnh bất an

불안하다	Bất an, bất ổn
불안협심증	Chứng co thắt ngực không ổn định
고환, 불알	Hòn dái
불을 붙이다	Châm (lửa)
불임	Vô sinh
불임증	Bệnh vô sinh (ở phụ nữ)
불임치료	Điều trị vô sinh
불치병	Bệnh nan y
불포화	Không bão hòa
붕대	Băng vết thương
붕대를 하다, 붕대를 감다	Băng bó
비뇨기	Cơ quan tiết niệu
비뇨기과	Khoa tiết niệu
비대	Phình ra
비대되어 있다	Phình ra, dày lên, to ra
비듬	Gàu trên đầu
비듬약	Thuốc trị gàu
비만	Béo phì
비만증이 되기 쉽다	Dễ trở nên béo phì
비민한 여자	Phụ nữ béo phì
비비꼬이다	Bị xoắn lại
비비다	Xoa xoa, mân mê
비상사태 발령	Tuyên bố về tình trạng y tế khẩn cấp
비아그라	Viagra
비염	Viêm mũi
비장	Lá lách
비정상	Không bình thường
비정상	Sự bất thường
비지땀	Mồ hôi hột
비출혈	Không chảy máu

비타민	Vitamin
비타민 결핍증	Suy vitamin, thiếu vitamin
비후되다(두꺼워졌다)	Trở nên dày lên
비흡연자	Người không hút thuốc
B형 간염 예방 접종	Tiêm phòng viêm gan B
B형	Nhóm B (máu vv)
빈뇨	Chứng tiểu tiện ít, bí đái
빈번한 재발	Tái phát thường xuyên
빈혈	Bệnh thiếu máu, thiếu hồng cầu
빗장뼈	Xương đòn
빨다	Bú, mút
뺨뼈	Xương gò má
뼈개지듯 아프다	Đau như búa bổ
뻐드렁니	Răng khểnh
뻣뻣하다	Cứng, đơ, khó cử động
뼈 타박	Dập xương
뼈 퇴화	Thoái hóa xương
뼈, 골	Xương
뼈가 부러지다	Gãy xương
뼈대	Xương khung cơ thể
뼈막, 골수막	Màng xương,
뼈조각	Mảnh xương, khúc xương
삐다	Trẹo, bong gân

ㅅ

사고	Tai nạn, sự cố
사고를 당하다	Bị tai nạn
사구체신염, 신장염	Viêm cầu thận
사기 프로정신	Tinh thần thi đấu
사람간 전염	Truyền nhiễm giữa người với người
사람이 많은 장소 피하기	Tránh nơi đông người
사랑니	Răng khôn
사마귀	Mụn cóc, mụn cơm
사망	Tử vong
사망률	Tỷ lệ tử vong
사망원인	Nguyên nhân tử vong
사망자 발생	Phát sinh người tử vong
사상자	Người bị thương
사시	Bệnh lé, lác (mắt)
사시인	Mắt lé
사업 재해	Tai nạn lao động
사이	Khoảng giữa
사인	Nguyên nhân tử vong
사제	Thi thể
사지	Chân tay, các chi
사지의 마비	Tê liệt chân tay
사체	Xác người
사춘기 연령에	Vào độ tuổi dậy thì
사춘기	Thời kỳ dậy thì, tuổi dậy thì
사타구니	Háng, khoảng thân thể giữ hai chân (động vật)
사향고양이	Con cầy hương
사회	Xã hội
사회복지	Phúc lợi xã hội
사회생활	Sinh hoạt xã hội

사회환경	Môi trường xã hội
삭발	Cạo đầu
산대하다	Dãn nở (đồng tử)
산부	Sản phụ
산부인과 의사	Bác sĩ khoa sản
산부인과	Khoa sản
산소	Khí oxy
산소 결핍상태	Trạng thái thiếu oxy
산소결핍	Thiếu oxy
산소섭취	Hấp thụ oxy
산소포화도	Độ bão hòa oxy
산소호흡기	Máy hô hấp oxy
산전관리	Quản lý thai trước khi sinh
산전진단	Khám trước khi sinh
산통	Cơn đau khi sinh
산화	Oxy hoá
살갗	Nước da
살균제	Thuốc khử trùng
살모넬라	Vi khuẩn salmonella
살이 빠지다	Sụt cân
살충제	Thuốc diệt côn trùng
삼가하다	Hạn chế làm gì
삼각붕대	Băng tam giác
삼투압	Áp suất thẩm thấu
삽관	Đặt nội khí quản
삽입술	Phẫu thuật bằng cách đưa dụng cụ vào
삽입시술을 사용하다	Dùng phương pháp lồng ống
삽입하다	Đưa vào, lồng vào, nhét vào, áp vào
상관없다	Không có liên quan gì
상복부 통증	Đau bụng trên

상복부	Bụng trên
상부	Phần trên, bộ phận trên
상비약	Thuốc dự phòng
상사병	Bệnh tương tư
상습흡연자	Người có thói quen hút thuốc lá
상실하다	Mất đi
상지	Hai tay, hai chi trước
상처	Vết thương
상처가 깊다	Vết thương sâu
상처가 잘 안 물지 않다	Vết thương không ngậm miệng, không lành
상처치유가 빠르다	Vết thương được chữa nhanh
상체 비만형	Kiểu béo thân trên
상체근력	Sức mạnh cơ thân trên
상체근육	Cơ bắp thân trên
상하지	Chân tay, các chi
상한선	Giới hạn trên
새가슴	Ngực lép
새끼손가락	Ngón tay út
새중간	Khoảng giữa
색맹	Mù màu
색소	Sắc tố
색소성 결석	Sỏi sắc tố
색전증	Nghẽn, tắc
생검 조직 검다	Kiểm tra sinh thiết xương
생검 조직을 채취하다	Lấy mẫu sinh thiết
생검	Kiểm tra sinh thiết
생리, 월경	Sinh lý (kinh nguyệt)
생리통	Đau bụng kinh nguyệt
생산	Sản xuất, sinh sản
생성과 분비	Sinh trưởng và nội tiết

생식	Sinh sản
생식기간	Thời kỳ sinh sản
생존기간	Thời gian sống còn lại
생존율	Tỷ lệ sống
생존하다	Sống sót
생체시계	Đồng hồ sinh học
생화학적 지표	Chỉ số sinh hóa
생활	Cuộc sống
생활리듬	Nhịp sống
생활습관화되다	Thành thói quen trong sinh hoạt
생활철학	Triết lý sống
생후 6 ~ 9 개월	Sau khi sinh từ 6 đến 9 tháng tuổi
생후	Sau sinh
서든 데스제	Cái chết bất ngờ
서맥	Mạch chậm
서양의학	Y học phương tây
석회	Vôi, chất vôi
석회침착	Bị vôi hóa
석회화	Vôi hóa
선별접종	Tiêm phòng có lựa chọn
선잠	Chập chờn
선천성 매독	Giang mai bẩm sinh
선천적 칠환	Bệnh bẩm sinh
선홍색	Đỏ tươi
설사	Tiêu chảy
설사를 일으키다	Gây ra tiêu chảy
설사약	Thuốc chữa tiêu chảy
설사에 걸리다	Bị tiêu chảy
설탕	Đường ngọt
설탕물	Nước đường

설파제	Thuốc sát trùng
설하선	Tuyến dưới lưỡi
설하정	Viên ngậm dưới lưỡi
섬모	Lông mao
섬세하다	Tinh xảo, tinh vi
섬유낭	U xơ
섬유성골염	Viêm xương dạng sợi
섬유조직의 증식	Sự tăng trưởng của tổ chức xơ
섬유질	Chất xơ
섬유질이 많은 음식	Thức ăn có nhiều chất xơ
섬유화	Trở nên xơ cứng, trở nên xơ
섬유화를 일으키다	Gây ra xơ cứng
섭식장애	Khó ăn uống
섭식장애	Rối loạn ăn uống
섭씨	Độ C
섭취	Uống, dùng, tiêu thụ
섭취하다	Nhai, ăn vào, hấp thụ
성격	Tính cách
성과	Thành quả
성과를 거두지 못하다	Không đạt được kết quả
성관계	Quan hệ tình dục
성교	Giao cấu, tình dục
성기	Cơ quan sinh dục
성기능 장애	Rối loạn khả năng giao phối
성기능 저하증	Bệnh yếu sinh lý
성대	Thanh quản
성병	Bệnh hoa liễu
성분수혈	Tiếp máu thành phần
성선	Tuyến sinh dục
성선자극호르몬	Hormone kính thích cơ quan sinh dục

성숙기간	Thời gian trưởng thành
성숙하다	Trưởng thành
성염색체	Nhiễm sắc thể giới tính X
성욕	Ham muốn tình dục
성욕감퇴	Giảm ham muốn tình dục
성인	Người trưởng thành
성인병	Bệnh người lớn
성장 호르몬	Hormone tăng trưởng
성장	Trưởng thành, phát triển
성장속도	Tốc độ phát triển
성장이 멈추다	Ngừng phát triển
성형	Chỉnh hình
성형수술	Phẫu thuật chỉnh hình
성형외과	Ngoại khoa chỉnh hình
세계보건기구	Tổ chức y tế thế giới (WHO)
세균	Vi khuẩn
세균감염	Nhiễm khuẩn
세균배양검사	Kiểm tra cấy vi khuẩn
세균백신	Vắc-xin diệt khuẩn
세균성간농양	Áp xe gan do virus
세정제	Thuốc tẩy, thuốc rửa
세포	Tế bào
세포가 죽다	Hoại tử
세포분열	Phân chia tế bào
세포종	U tế bào
소견	Kết quả chẩn đoán
소금	Muối
소뇌	Tiểu não
소독 알코올	Cồn khử trùng
소독	Khử trùng

소독액, 소독약	Thuốc sát trùng
소독티슈	Khăn khử trùng
소독하다	Khử trùng
소량	Từng tý, từng chút
소름	Nổi da gà
소모	Hao mòn, tiêu hao
소모량	Lượng hao mòn
소변 샘플	Mẫu nước tiểu
소변	Tiểu tiện
소변검사	Xét nghiệm nước tiểu
소식	Ăn ít
소식자	Người ăn ít
소아	Trẻ mới sinh
소아 마비 접종	Tiêm phòng bại liệt trẻ em
소아 마비	Bệnh bại liệt trẻ em
소아 천식	Hen suyễn ở trẻ em
소아과 의사	Bác sĩ khoa nhi
소아과	Khoa nhi
소아발육표준치	Chỉ số phát triển của trẻ mới sinh
소양증, 가려움증	Ngứa, ngứa ngáy
소염제, 엔세이드	Thuốc chống viêm
소염진통제	Thuốc giảm đau chống viêm
소장	Ruột non
소진증후군, 탈진증후군	Hội chứng kiệt sức
소질	Tố chất
소혈관	Mạch máu nhỏ
소홀하다, 부조의 하다	Sơ suất, khinh suất
소화 되다	Tiêu hóa được
소화	Tiêu hóa
소화기	Cơ quan tiêu hóa

소화기 계통	Hệ thống tiêu hóa
소화불량	Khó tiêu
소화제	Thuốc tiêu hóa
속 쓰림	Ợ nóng
속 쓰림	Xót ruột
속공	Tấn công nhanh
속눈썹	Mi mắt, lông mi
속수무책	Vô phương, hết cách
손 소독	Khử trùng tay
손 자주 씻기	Rửa tay thường xuyên
손	Bàn tay
손가락	Ngón tay
손가락 관절	Khớp ngón tay
손가락을 넣어보다	Đưa ngón tay vào
손금	Đường chỉ tay
손등	Mu bàn tay
손떨림증	Chứng run tay
손목	Cổ tay
손바닥	Lòng bàn tay
손상	Thương tổn
손상을 가하다	Gây tổn thương
손씻기를 자주하다	Rửa tay thường xuyên
손털	Lông tay
손톱	Móng tay
송곳니	Răng nanh
쇄골	Xương đòn vai, xương quai xanh
쇄항	Tắc, kẹt
수동 면역	Miễn dịch thụ động
수두 예방 접종	Tiêm phòng thủy đậu
수두	Thủy đậu

수막염	Viêm màng não
수막종	U màng não
수면	Ngủ, giấc ngủ
수면 장애	Khó ngủ
수면제	Thuốc ngủ
수면제의 처방	Đơn thuốc cho giấc ngủ
수명	Tuổi thọ
수명의 연장	Kéo dài tuổi thọ
수명이 늘고 있다	Tuổi thọ đang được nâng lên
수분	Nước
수산물 시장	Chợ hải sản
수소이온	Ion hydro
수술	Phẫu thuật
수술도 어렵다	Phẫu thuật cũng khó
수술실	Phòng phẫu thuật
수술후 회복기간	Thời gian bình phục sau khi phẫu thuật
수신증	Bệnh ứ nước tiểu trong thận
수액	Tiếp máu, tiếp nước
수액요법	Liệu pháp truyền máu, tiếp dịch
수액주사	Tiêm truyền dịch
수염	Râu, ria
수요	Nhu cầu (mua, tìm mua, cần thiết)
수용성 비타민	Vitamin hòa tan trong nước
수용성	Tính hoà tan
수용체	Chất hòa tan
수용하다	Chấp nhận, tiếp nhận
수유 5 일째	Cho bú ngày thứ 5
수유	Cho bú
수유량	Lượng sữa em bé bú
수유횟수	Số lần cho bú sữa

수은주	Cột thủy ngân
수은혈압계	Máy đo huyết áp thủy ngân
수의사	Bác sĩ thú y
수일간의 발열	Phát sốt nhiều ngày
수전증	Chứng run tay
수정관	Ống dẫn tinh
수정되다	Được thụ tinh
수정란	Trứng đã thụ tinh
수정체	Thủy tinh thể
수족구병	Bệnh tay chân miệng
수족냉증	Chứng lạnh chân tay
수지관절	Khớp ngón tay
수직감염	Lây nhiễm trực tiếp
수질	Chất lượng nguồn nước
수축기압	Huyết áp tâm thu
수축력	Sức co bóp
수축파	Sóng khi cơ tim co bóp
수축하다	Co thắt hẹp lại, co bóp
수치심	Sự xấu hổ
수치심과 죄책감	Sự xấu hổ và cảm giác hối lỗi
수컷의 정자	Tinh trùng của con đực
수태되다	Thụ thai
수포	Rộp, phòng, mụn bọng nước
수혈	Tiếp máu, truyền máu
숙면하다	Ngủ sâu, ngủ ngon
숙변, 변비	Táo bón
숙취하다	Say hoàn toàn, say mèm
숙환	Bệnh mãn tính
순산	Mẹ tròn con vuông
순환계	Hệ tuần hoàn

순환기 질환	Các bệnh về tim mạch
순환기계통	Hệ tim mạch
술 중독	Nghiện rượu
숨	Hơi thở
숨가쁨	Thở gấp, thở hổn hển
숨골	Hành tuỷ, đầu não
숨구멍, 목구멍	Cổ họng
숨을 불어넣다	Thổi hơi thở vào (miệng bệnh nhân)
숨이 차다	Thở dốc
쉰 목소리	Giọng khàn, mất giọng
슈퍼 전파자	Người siêu truyền bệnh
스카치 테이프	Băng dính
스태즈	Căng cơ
스트레스	Căng thẳng thần kinh, stress
스트레스에 민감하다	Mẫn cảm với stress
스트레칭	Căng cơ
스틱	Que thử
스틱통	Ống đựng que thử
스펀지	Miếng bọt biển
스포츠 의학	Y học thể thao
스푼	Thìa
스프레이	Thuốc xịt
슬관절, 무릎관절	Khớp gối
승모판	Van (tim) hai lá
승모판 폐쇄보전증	Bệnh hở van hai lá
승모판 협착증	Bệnh hẹp van hai lá
시각	Thị giác
시간당 칼로리 소모량	Lượng calo tiêu hao mỗi giờ
시급하다	Cấp bách
시내버스 운행 축소	Giảm bớt việc vận hành xe buýt đô thị

시력	Thị lực
시력 검사	Kiểm tra thị lực
시력감퇴	Suy giảm thị lực
시럽약	Thuốc xi- rô
시설, 장비, 설비	Trang thiết bị
시술하다	Phẫu thuật nhỏ
시신경	Thần kinh thị giác
시야	Ánh mắt
시야가 흐려지다	Nhìn không rõ, mờ mắt
시약	Thuốc thử nghiệm
시운전	Vận động thử, chạy thử (xe tàu)
시작되기 전의 상태	Trạng thái trước khi bắt đầu
시작하다	Bắt đầu
시트르산	Axit citric
식곤증	Chứng buồn ngủ sau khi ăn
식도	Thực quản, cổ họng
식도수축력	Sức co bóp của thực quản
식도암	Ung thư thực quản
식도염	Viêm thực quản
식물	Thực vật
식물성 단백질	Chất đạm thực vật
식물성 지방	Mỡ thực vật
식물인간	Sống đời sống thực vật
식사하다	Dùng bữa
식습관	Thói quen ăn uống
식염수	Nước muối
식욕	Sự ham muốn ăn uống
식욕감퇴	Giảm ham muốn ăn uống
식욕부진	Chứng kén ăn
식욕억제제	Chất ức chế thèm ăn

식욕이 돌아오다	Tìm lại được khẩu vị
식욕이 왕성하다	Ăn nhiều, háu ăn
식은 땀	Mồ hôi lạnh
식은 땀을 흘리다	Chảy mồ hôi lạnh
식은 땀이 나다	Ra mồ hôi lạnh
식이요법	Liệu pháp ăn uống, chữa bệnh bằng thức ăn
식전복용	Uống trước khi ăn
식중독	Ngộ độc thức ăn
식중독과 급성 장염	Ngộ độc thức ăn và viêm ruột cấp tính
식품 사재기	Tích trữ lương thực
식품	Thực phẩm
식품의약품 안정처	Tổng cục vệ sinh an toàn thực phẩm
식후 2 시간 혈당	Đường huyết lúc 2 giờ sau khi ăn
식후 한시간쯤	Chừng một tiếng sau khi ăn
식후	Sau khi ăn
식후복용	Uống sau khi ăn
신경	Thần kinh
신경 계통	Hệ thống thần kinh
신경계	Hệ thần kinh
신경과	Khoa thần kinh
신경성 고혈압	Cao huyết áp do thần kinh
신경성 두통	Đau đầu do thần kinh
신경성 위염	Viêm dạ dày do căng thẳng thần kinh
신경쇠약	Suy nhược thần kinh
신경안정제	Thuốc ổn định thần kinh, thuốc an thần
신경외과	Ngoại khoa thần kinh
신경전도속도	Tốc độ truyền tải của thần kinh
신경통	Đau thần kinh
신고하다	Khai báo
신규 환자	Bệnh nhân mới

신뢰감	Niềm tin
신뢰감을 가져야 한다	Phải có niềm tin
신발끈	Mu bàn chân (dây giày)
신부전증	Bệnh suy thận
신부전증환자	Bệnh nhân suy thận
신생검, 신장 조직검사	Sinh thiết thận
신생아 황달	Vàng da ở trẻ sơ sinh
신생아	Trẻ sơ sinh
신생아의 육아 방식	Cách nuôi trẻ sơ sinh
신생혈관	Huyết quản mới sinh
신선하다	Tươi
신선한 전혈	Cục máu tươi
신성 고혈압	Cao huyết áp do bệnh thận
신우	Màng lọc của thận
신장 기능 장애	Bệnh thận suy
신장 기능	Chức năng thận
신장 낭종	Ứ nước trong thận
신장 질환	Bệnh thận
신장	Thận
신장결석	Sỏi thận
신장낭종	U túi thận
신장염	Viêm thận
신장이식	Thay thận, cấy ghép thận
신종 코로나바이러스	Virut Corona thể mới
신진대사	Trao đổi chất
신체	Thân thể, cơ thể
신체 접촉	Tiếp xúc cơ thể
신트림하다	Ợ chua
실내	Trong phòng
실내에 머무르도록 권고하다	Khuyến cáo ở trong nhà

실내온도	Nhiệt độ phòng
실명되다	Bị mù lòa, mù
실수로 인하여	Do sơ suất
실신하다	Bất tỉnh
실온에 보관하다	Bảo quản nơi ấm áp
실용화되다	Thực tế hóa, thực dụng hóa
실질	Thực chất
실험용	Chất hay sinh vật dùng để thí ngiệm
심각하다	Nghiêm trọng
심각한 부작용을 초래하다	Dẫn đến tác dụng phụ nghiêm trọng
심근경색증	Chứng nhồi máu cơ tim
심근의 비대	Cơ tim phì to
심료내관	Khoa tim
심리	Tâm lý
심리가	Chuyên gia tâm lý
심리적 갈등	Mâu thuẫn về tâm lý
심리적 부담	Áp lực tâm lý
심리적 원인	Nguyên nhân tâm lý
심리전문가	Chuyên gia tâm lý
심리학 적으로	Theo tâm lý học
심리학자	Nhà tâm lý học
심박동수	Nhịp tim
심신 분열	Tâm thần phân liệt
심신	Tâm thần
심신을 안정하다	Ổn định tâm thần
심신증세	Triệu chứng tâm thần
심실	Tâm thất
심인성	Có tính chất tâm lý, tinh thần
심인성복통	Đau bụng do yếu tố tâm lý, thần kinh
심장 두근거림	Tim đập thình thịch

심장	Tâm vị, tim
심장기형	Tim dị tật
심장마비	Tê liệt tim, nhồi máu cơ tim
심장병	Bệnh đau tim
심장병 전문 의사	Bác sĩ chuyên khoa tim mạch
심장이식 수술	Phẫu thuật thay tim
심장판막	Van tim
심전도, 심전파	Điện tâm đồ
심초음파검사	Kiểm tra bằng siêu âm
심하다	Nặng (bệnh), trầm trọng
심한 불면증	Bệnh mất ngủ
심한 영양실조	Thiếu dinh dưỡng trầm trọng
심한 화상	Vết bỏng nặng
심해지다	Trở nên nặng hơn
심호흡	Hít thở sâu vào
십이지장	Tá tràng
십이지장궤양	Loét hành tá tràng, viêm loét tá tràng
십이지장궤양의 천공	Thủng tá tràng
십자인대	Dây chằng chéo
싱겁게 먹다	Ăn nhạt
쌍꺼풀	Mắt hai mí
쌍염색체	Cặp nhiễm sắc thể
쑤시다	Đau nhức
쓰러지다	Ngã, gục, té nhào
쓰리다	Rát, đau nhức
쓸개	Túi mật
쓸개관	Ống dẫn mật
쓸개염	Viêm túi mật
C 형	Nhóm C
CT 촬영	Chụp CT

씹다	Nhai
씹어 삼키다	Nhai rồi nuốt
씻다	Rửa

ㅇ

아기	Trẻ em
아기의 성장과 발달발육	Sự trưởng thành và phát triển của trẻ em
아랫배	Bụng dưới
아랫배 복부팽만감	Cảm thấy phình bụng dưới
아랫입술	Môi dưới
아물다	Ngậm, lành (vết thương)
아미노산	Axit amin
아스피린	Aspirin
아연	Kẽm
아이	Trẻ còn bú mẹ
아이큐	Chỉ số thông minh
아치형	Hình móng ngựa
아침	Buổi sáng
아침식사를 거르다	Nhịn ăn sáng
아킬레스건	Gân Achilles
아탈구	Trật khớp nhẹ
아편	Thuốc phiện, á phiện
아프다	Đau
악몽	Ác mộng
악성 골종양	U xương ác tính
악성	Ác tính
악순환이 되풀이되다	Thành vòng quay xấu
안과 의사	Bác sĩ khoa mắt
안과	Khoa mắt (nhãn khoa)

안과의사	Bác sĩ khoa mắt
안구 건조증	Bệnh khô nhãn cầu
안구 돌출	Lồi mắt
안구	Nhãn cầu
안구진통	Đau nhãn cầu
안구평형검사	Kiểm tra độ cân bằng của nhãn cầu
안락사	Cái chết êm ái, chết nhẹ nhàng
안마기	Máy xoa bóp
안면 경련	Co giật cơ da mặt
안면	Mặt
안면신경	Thần kinh mặt
안면신경마비	Tê liệt thần kinh mặt
안면홍조	Vết đỏ trên mặt
안압	Nhãn áp
안약	Thuốc nhỏ mắt
안으로 구부러져 있다	Gập vào trong
안전도검사	Kiểm tra độ an toàn
안전사고	Tai nạn, sự cố an toàn
안전하다	An toàn
안절부절	Lo lắng thấp thỏm
안정	Ổn định
안정제	Thuốc an thần
안정협심증	Chứng co thắt ngực ổn định
안정화요법	Liệu pháp ổn định
안정휴식	Nghỉ ngơi ổn định
안진	Sờ, nắn (trong khám bệnh)
안짱다리	Chân vòng kiềng
알	Trứng
알갱이	Hột, mụn, lỗi
알레르기 반응	Phản ứng dị ứng

알레르기	Dị ứng
알레르기	Dị ứng
알레르기성 비염	Viêm mũi do dị ứng
알레르기성 체질	Thể chất dễ bị dị ứng
알레르기피부염	Viêm da do bị dị ứng
알약	Thuốc viên
알츠하이머 병	Bệnh mất trí nhớ ở người già
알츠하이머병	Bệnh Alzheimer
알코올	Cồn, chất cồn (trong rượu)
알코올 (함유) 손소독제	Chất khử trùng có cồn
알코올 중독	Nghiện rượu
앓다	Ốm
암	Ung thư
암덩어리	Khối, cục u ung thư
암모니윰	Amoni (NH+¬4)
암세포 수	Số tế bào ung thư
암세포검사	Kiểm tra tế bào ung thư
암시하다	Ám chỉ
암의 전이	Ung thư di căn
암컷의 난자	Trứng của con cái
압박감	Áp lực tâm lý
압박감을 호소하다	Gây áp lực tâm lý
압박골절	Rạn, gãy xưng do ngoại lực
압박대	Đai cố định
압박붕대	Băng (băng bó)
압통이 있다	Đau khi bị đè, bị nén xuống
앞니	Răng cửa
애꾸눈	Chột mắt
애연가, 골초	Người nghiện thuốc lá
액모	Lông nách

액제	Thuốc nước
액체가 고이는 경우	Trường hợp đọng dịch
액체질소	Nitơ lỏng
앰뷸런스	Xe cứu thương, xe cấp cứu
야경증	Bệnh hoảng sợ về đêm
야뇨증	Chứng đái dầm ban đêm
야맹증	Bệnh mắt quáng gà (do thiếu vitamin A)
야생동물 고기	Thịt động vật hoang dã
약, 약품	Khoảng, chừng, thuốc men
약간 뒤로 젖히다	Cho hơi ngửa mình về phía sau
약간 뻣뻣하다	Hơi cưng cứng (cử động)
약국, 약방	Nhà thuốc
약리작용	Tác dụng dược lý
약물 치료의 처방	Kê đơn thuốc
약물	Thuốc nước
약물요법	Trị liệu bằng thuốc
약물요법을 계속하다	Tiếp tục liệu pháp dùng thuốc
약물중독	Ngộ độc thuốc
약물치료	Chữa bệnh bằng thuốc
약방	Hiệu thuốc
약사	Dược sỹ
약시	Yếu thị lực
약에 대한 내성	Lờn thuốc
약을 먹다	Uống thuốc
약을 짓다	Bốc thuốc
약의 설명서	Tờ hướng dẫn sử dụng thuốc
약재	Dược liệu
약제과	Khoa dược
약지	Ngón áp út
약체	Cơ thể yếu đuối

약초	Dược thảo
약품, 약제	Thuốc men
약하다	Yếu
약효	Hiệu quả thuốc
얇고 넓다	Mỏng và rộng
양성	Dương tính,lưỡng tính
양성 반응	Phản ứng dương tính
양성 종양	Khối u dương tính
양수	Nước ối
양수검사	Kiểm tra nước ối
양안	Hai mắt
양약	Thuốc tây
양을 늘려 간다	Tăng số lượng nhiều lên
양쪽 젖을 교대로 빨리다	Thay đổi cho bú đều cả hai bên
양쪽 가슴	Hai vú
양쪽다리가 저리다	Hai chân bị tê
양치질을 하다	Đánh răng bằng nước muối
양호	Tốt (tình trạng bệnh)
얇고 넓다	Mỏng và rộng
어금니	Răng hàm
어깨 관절	Khớp vai
어깨	Vai
어깨가 굳어지다	Vai bị đơ cứng
어깨를 풀다	Xoay vai
어깨부상	Chấn thương vai
어떠한 검사	Kiểm tra bất kỳ
어떻다	Như thế nào
어린이	Trẻ em
어린이를 돌보다	Trông nom, chăm sóc trẻ em
어린이의 식욕부진	Chứng kén ăn ở trẻ cm

어지러움, 어지럽다	Cơn chóng mặt
어지러움을 느끼다	Cảm thấy chóng mặt
어지럼증, 현훈증	Bệnh chóng mặt
어지럽다	Chóng mặt
어패류 연체	Nhuyễn thể hai mảnh
억제하다	Ức chế, cản trở, làm chậm lại
언어장애	Dị tật về ngôn ngữ
구순구개열(언청이)	Sứt môi, hở hàm ếch
언청이같다	Giống như sứt môi
얼게 되다	Trở nên mỏng, trở nên nhạt đi
얼굴	Mặt, gương mặt
얼굴 모습	Kiểu khuôn mặt, nét mặt
얼굴과 다리가 붓다	Mặt và chân bị phù
얼음물	Nước đá lạnh
얼음을 붙이다	Chườm đá
엄지	Ngón tay cái
엄지발가락	Ngón chân cái
엉덩뼈	Xương mông
엉덩이	Cái mông
엉덩이 관절	Khớp xương chậu
엎드려 재운다	Đặt nằm nghiêng
A 형	Nhóm A (máu, viêm nhiễm v.v.)
에너지	Năng lượng
에너지를 얻다	Có được năng lượng
에스토로건, 호르몬	Hormone
에이즈 치료제	Thuốc chống HIV AIDS
에이즈	Bệnh HIV
에이즈에 걸리다	Mắc HIV
엑스레이	X-quang
엑스레이 찍다	Chụp X- quang

X-레이 검사	Kiểm tra X- Ray
엠블란스	Xe cứu thương, xe cấp cứu
MRI 검사	Kiểm tra MRI
MRI 찍다, MRI 촬영	Chụp MRI
여과	Lọc
여과율	Tỷ lệ lọc qua
여드름	Mụn
여드름이 많다	Nhiều mụn nhọt
여러 가지 화확성	Nhiều thành phần hóa học
여름감기	Cảm cúm mùa hè
여성	Nữ tính
여성호르몬	Hormone nữ tính
여성화현상	Hiện tượng nữ tính hóa
여유	Thoải mái, dư giả
여유있는 마음으로	Với tinh thần thoải mái
여의치 않다	Không được như ý
여출액	Chất thẩm thấu ra ngoài mạch máu
여행을 자제하다	Hạn chế đi du lịch
역류	Trào ngược
역류되다	Bị trào ngược
역류성 식도염	Viêm thực quản trào ngược
역병	Bệnh dịch
역학	Dịch tễ học
연고	Thuốc mỡ
연골	Sụn
연골	Xương mềm, xương sụn
연골염	Viêm xương sụn
연동운동	Vận động co bóp (của ruột)
연령별	Theo từng lứa tuổi
연령에 따라	Theo tháng tuổi

연령이 낮을수록 높다	Tuổi càng ít càng cao (tỷ lệ)
연부조직	Tổ chức phần mềm
연쇄반응	Phản ứng liên hoàn
연축, 경축	Co thắt cơ bắp
연탄가스중독	Ngộ độc than tổ ong
연하다	Nhạt, mờ, không đậm
열	Nhiệt, sốt
열등감	Sự tự ti
열등의식	Ý thức tự ti
열량 (칼로리)	Nhiệt lượng (kcal)
열병인 장티푸스	Bệnh sốt rét typhus
열사병	Sốc nhiệt, thương hàn
열상	Rách, đứt
열성 경련	Co giật do sốt cao
열에너지	Năng lượng nhiệt
열을 떨어뜨리다	Làm hạ nhiệt
열이 나는 원인	Nguyên nhân sốt
열이 나다	Phát sốt, sốt
열치료	Trị liệu bằng nhiệt
열형	Loại hình sốt
열화상 카메라를 통한 체온 측정	Đo nhiệt độ thông qua camera hình ảnh nhiệt
염	Viêm
염색법	Phương pháp nhuộm
염색체	Nhiễm sắc thể
염증	Chứng viêm nhiễm
염증반응	Phản ứng viêm nhiễm
염증을 유발하다	Gây viêm nhiễm
염통	Tim
엿기름	Mạch nha
영구적 피임법	Phương pháp tránh thai vĩnh viễn

영구적	Vĩnh cửu
영구적인 뇌손상	Tổn thương não vĩnh viễn
영구치	Răng vĩnh cửu
영아 사망률	Tỷ lệ tử vong ở trẻ sơ sinh
영아	Trẻ còn bú mẹ
영양	Dinh dưỡng
영양가치	Giá trị dinh dưỡng
영양결핍	Thiếu dinh dưỡng, suy dinh dưỡng
영양실조	Suy dinh dưỡng
영양제	Chất dinh dưỡng
영양팀	Bộ phận dinh dưỡng
옆	Bên cạnh
옆구리	Hông, sườn
예로부터	Từ ngày xưa, từ thời xa xưa
예방 접종	Tiêm phòng
예방수칙	Nguyên tắc phòng chống
예방의학	Y học dự phòng
예방의학의사	Bác sĩ y học dự phòng
예방이 최선의 치료	Phòng bệnh là cách chữa bệnh tốt nhất
예방접종, 예방주사	Tiêm phòng
예방책	Đối sách dự phòng
예방하다	Dự phòng bệnh, phòng bệnh
예약	Đặt trước (lịch khám)
예후	Tiên lượng, dự báo về sau của bệnh tình
오금	Khớp gối
오른쪽	Bên phải
오목 가슴	Ngực lõm
오목하다	Lõm vào
오심	Cảm thấy khó chịu, buồn nôn
오염	Ô nhiễm

오용하다	Dùng sai (thuốc)
오인하기 쉽다	Dễ chẩn đoán sai
오전과 오후에 간식을 준다	Cho ăn nhẹ vào buổi sáng và buổi chiều
오줌	Nước tiểu
오줌냄새	Mùi nước tiểu
오줌을 싸다	Tiểu tiện
오진 하다	Chẩn đoán bệnh sai
오한	Cơn rùng mình vì lạnh, ớn lạnh
옥소	Iot
옥소요법	Liệu pháp iot
온도	Nhiệt độ
온도검사	Kiểm tra nhiệt độ
온수 좌욕	Ngâm phần dưới cơ thể trong nước ấm
온수	Nước nóng
온수찜질	Chườm nước nóng
온열요법	Liệu pháp chữa bệnh bằng nước nóng
올록볼록하다	Lõm vào và lồi ra
올챙이모양	Hình con nòng nọc
옴	Ghẻ, cái ghẻ
완료하다	Xong, hoàn thành
완전치유	Chữa khỏi hẳn
완전하다	Hoàn toàn
완전회복	Phục hồi hoàn toàn (sức khỏe)
완치	Chữa trị xong hoàn toàn
완치가 가능하다	Có khả năng chữa khỏi hoàn toàn
완치가 가능한 암	Ung thư có thể chữa khỏi
완치가 힘들다	Khó chữa khỏi
완치되다	Được điều trị khỏi hoàn toàn
완치율	Tỷ lệ chữa khỏi (bệnh)
완치율이 80% 이상	Tỷ lệ chữa khỏi trên 80%

완하제	Thuốc chống táo bón
완화되다	Bớt, thuyên giảm
왕진	Khám ngoại trú
왜소증	Chứng lùn thấp
외과 의사	Bác sĩ ngoại khoa
외과	Ngoại khoa
외과적 수술	Phẫu thuật ngoại khoa, mổ hở
외래환자	Bệnh nhân ngoại trú
외부누공	Thủng lỗ bên ngoài
외부적 원인	Nguyên nhân từ bên ngoài
외상	Bị thương bên ngoài
외상성 신경증	Đau thần kinh do vết thương
외안근	Cơ nhãn cầu
외용	Dùng bên ngoài
외용약	Thuốc bôi ngoài
외인성	Có nguyên nhân từ bên ngoài
외출 자제	Hạn chế ra ngoài
외측늑막	Ngăn ngoài của màng
외치핵	Khối trĩ bên ngoài
왼쪽	Bên trái
왼쪽옆	Thùy trái (gan, v.v.)
요골	Xương cột sống
요골동맥	Động mạch vùng xương cột sống
요관 역류증	Chứng chảy ngược niệu quản
요관	Niệu quản
요관결석	Sỏi niệu quản
요관경과 배석술	Cách đưa sỏi ra ngoài qua niệu quản
요도	Niệu đạo
요도가 좁아지다	Đường niệu đạo bị hẹp lại
요도괄약근	Cơ vòng của niệu đạo

요도분비물	Dịch tiết trong niệu đạo
요도염	Viêm niệu đạo
요도협착	Hẹp tắc niệu đạo
요로 결석	Sỏi trong niệu đạo
요로	Niệu đạo
요로감염	Viêm đường niệu
요로폐색	Tắc đường tiết niệu
요배양검사	Kiểm tra bằng cách cấy nuôi nước tiểu
요법	Liệu pháp, phương pháp chữa bệnh
요산	Axit hữu cơ trong nước tiểu
요소	Yếu tố
요실금	Bệnh đái nhắt
요실금이 악화되다	Bệnh đái nhắt càng nặng hơn
요양원	Viện điều dưỡng
요오드	Chất iodin
요인	Nguyên nhân chính
요추 척수	Tủy sống lưng
요추	Sống lưng
요충감염	Nhiễm ấu trùng
요통	Đau lưng
욕창	Loét da thịt
욕창을 예방하다	Đề phòng lở loét
용법	Cách sử dụng
용질	Chất trong dung môi
용해제	Dung môi (chất làm tan chảy)
우심방	Buồng tâm thất phải
우심실	Tâm thất phải
우심실부전	Suy tâm thất phải
우심실의 비대	Chứng phì đại của tâm thất phải
우울증	Bệnh trầm cảm, ủ dột

우유	Sữa
우유 알레르기	Dị ứng sữa
우유로	Bằng sữa bò, sữa dê
우유병 젖꼭지의 구멍	Lỗ núm vú bình sữa
우유병	Bình sữa
우유병을 끓이다	Đun luộc bình sữa
우유의 온도	Nhiệt độ của sữa
우측 관상동맥	Động mạch vành bên phải
우측	Bên phải
우한 폐렴	Viêm phổi Vũ hán
운동발작	Co giật
운동부족	Thiếu vận động
운동부하 심전도	Điện tâm đồ gắng sức
운동요법	Liệu pháp vận động
운동을 게으르게 한다	Lười vận động
울음을 그치다	Thôi khóc
울퉁불퉁	Lồi lõm, lồi ra lõm vào
울혈	Sự xung huyết
움직이다	Cử động
움직이면 통증이 더 심해지다	Cử động thì đau hơn nhiều
움푹	Lõm sâu vào
원격 전이	Di căn đến nội tạng xa hơn
원래	Ban đầu
원래의 상태대로 복귀되다	Quay trở lại trạng thái ban đầu
원발성	Tính nguyên phát, tự sinh ra, tự có
원발성 간암	Ung thư gan nguyên phát
원상회복시키다	Phục hồi nguyên trạng
원시	Viễn thị
원시난포	Noãn bào nguyên thủy
원인	Nguyên nhân

원인균	Khuẩn gây viêm khớp
원인미상	Nguyên nhân chưa rõ
원인별 분류	Phân loại nguyên nhân
원인불명	Không rõ nguyên nhân
원인을 규명하다	Làm rõ nguyên nhân
원자폭탄 방사	Phóng xạ do bom nguyên tử
원추형	Hình chóp nón
원충	Ký sinh trùng
원충포자	Bào tử ký sinh trùng
원형	Hình tròn, dạng nguyên thể
월경 전후 생리통	Đau bụng trước và sau kỳ kinh nguyệt
월경	Kinh nguyệt
월경과다	Kinh nguyệt ra quá nhiều máu
월경불순	Rối loạn kinh nguyệt
월경이 없다	Không có kinh nguyệt
월경통	Đau bụng kinh
위	Dạ dày
위각	Chỗ lồi lên
위경련	Co thắt dạ dày
위궤양	Viêm loét dạ dày
위막	Màng dạ dày
위산	Dịch axit dạ dày
위세척	Tẩy rửa dạ dày
위식도역류병	Trào ngược dạ dày
위암	Ung thư dạ dày
위염	Viêm dạ dày
위장	Ruột và dạ dày
위장약	Thuốc đau dạ dày
위장질환	Bệnh đường ruột
위장천공	Thủng dạ dày

위장출혈	Xuất huyết dạ dày
위점막	Niêm mạc dạ dày
위축	Co lại, thắt lại
위험 신호	Dấu hiệu nguy hiểm
위험	Nguy hiểm
위험성	Tính nguy hiểm
위험의 상한선	Giới hạn trên của sự nguy hiểm
위험인자	Nhân tố nguy hiểm
윗몸 일으키다	Vận động phần thân trên
윗배	Bụng trên
윗입술	Môi trên
유기질	Chất hữu cơ
유기화학물질	Chất hóa học hữu cơ
유동식	Kiểu lưu động, di chuyển được
유두	Núm vú, đầu vú, đầu lưỡi
유두부종	Phù nề núm vú
유문	Môn vị dạ dày
유문경이	Sự khác thường ở môn vị dạ dày
유문근	Cơ môn vị
유문협착증	Chứng hẹp môn vị
유발시키다	Gây ra, sinh ra (bệnh tật)
유발요인	Nhân tố phát sinh
유방	Vú
유방비대	Chứng vú phì to
유방암	Ung thư vú
유방을 짜다	Vắt sữa, nắn bóp vú
유방의 팽만감	Cảm thấy căng vú
유방이 커지다	Vú to lên
유병률	Tỷ lệ mắc bệnh, có bệnh
유사한 증상	Triệu chứng tương tự

유산 및 조산	Sẩy thai và đẻ non
유산 수술	Phẫu thuật sảy thai
유산소 운동	Tập ưa khí
유산수술	Mổ lấy thai ra (khi sản phụ nguy kịch)
유아	Trẻ từ 1 tuổi đến 5 tuổi
유용하다	Có ích, hữu dụng
유의사항	Điều cần lưu ý
유전	Di truyền, bẩm sinh
유전공학	Khoa học công nghệ di truyền
유전과 밀접한 관련이 있다	Có liên quan mật thiết tới di truyền
유전성 질환	Bệnh di truyền
유전인자	Yếu tố di truyền
유전자	Gen di truyền
유전자 구조	Cấu trúc gen
유즙	Sữa
유지하다	Duy trì
유착	Dính vào nhau
유채	Lỏng, chất lỏng
유천	Di truyền, bẩm sinh
유체	Hình thể
유충	Ấu trùng
유치	Răng sữa
유해산소	Oxy có hại
유행병	Bệnh dịch
유행성 출혈열	Sốt xuất huyết theo mùa
유행성	Có tính dịch bệnh
유행성감기	Bệnh cúm theo mùa dịch
유황	Lưu huỳnh
유효 기간	Thời gian có tác dụng
유효	Hữu dụng, hiệu quả

육체	Cơ thể
육체적 과로	Mệt mỏi về thể lực
육체적 노동자	Người lao động chân tay
윤상 홍반	Ban đỏ
윤상	Yết hầu
윤상연골	Xương sụn ở dưới yết hầu
윤활유	Dầu bôi trơn
윤활작용	Có tác dụng bôi trơn
윤활하다	Bôi trơn
율동 체조	Thể dục theo nhạc, thể dục nhịp điệu
융통성	Tính linh hoạt
융통성이 부족하다	Thiếu tính linh hoạt
융합되다	Dung hợp
은발, 백발	Tóc bạc
은폐 보도	Che giấu thông tin
음경	Dương vật
음낭	Bìu dái
음낭부종	Sưng bìu dái
음부	Âm hộ
음부가 가렵다	Ngứa âm hộ
음성	Âm tính
음성반응	Phản ứng âm tính
음식	Thức ăn, ẩm thực
음악치료	Chữa bệnh bằng âm nhạc
응고되지 않는 혈액	Máu không đông
응고하다	Đông đặc
응급병원	Bệnh viện cấp cứu
응급실	Phòng cấp cứu
응급약	Thuốc cấp cứu
응급용 약품 세트, 구급상자	Hộp cứu hộ

응급장비	Thiết bị cấp cứu
응급조치	Xử lý cấp cứu
응급처치하다	Sơ cứu
응급치료	Điều trị cấp cứu
응급치료상자	Hộp dụng cụ cấp cứu
응급환자	Bệnh nhân cấp cứu
응집 억제제	Thuốc chống đông
의료 복지부	Bộ y tế phúc lợi (Hàn Quốc)
의료	Y tế
의료기	Máy, dụng cụ y tế
의료기관	Cơ quan y tế
의료기구	Dụng cụ y tế
의료물자 부족	Thiếu vật tư y tế
의료보건계통	Hệ thống phúc lợi, y tế
의료보험	Bảo hiểm y tế
의료보험카드	Thẻ bảo hiểm y tế
의료용 마스크	Khẩu trang y tế
의료용 외과 마스크	Khẩu trang ngoại khoa dùng cho y tế
의료종사자	Chuyên khoa y tế
의료지원	Hỗ trợ về y tế
의료진	Bộ phận y tế, đội ngũ y tế
의사	Bác sĩ
의사에 달려있다	Tùy thuộc vào thầy thuốc
의술	Y thuật
의식	Ý thức
의식상실	Mất ý thức, bất tỉnh
의심환자	Bệnh nhân bị nghi ngờ
의약품	Y dược phẩm
의원	Bệnh viện, trạm xá
의지력	Sức mạnh của ý chí, sức mạnh của nghị lực

의치하다	Chữa bệnh bằng y thuật
의학	Y học
의학상식	Y học thường thức
의학적	Mang tính y học
의학지식	Tri thức y học
2 주간 의학적 관찰	Quan sát y tế trong 2 tuần
2 주동안 격리	Cách ly trong hai tuần
2 차 감염 사례	Trường hợp lây nhiễm lần 2
이, 이빨	Răng
이가 아프다	Đau răng
이관	Vòi tai, vòi nhĩ
이뇨제	Thuốc lợi tiểu
이를 빼다	Nhổ răng
이마	Trán
이마가 커지다	Trán rộng
이명	Ù tai
이명이 들리다	Nghe tiếng ù trong tai
이명증	Chứng ù tai
이물질	Dị vật, tạp chất
이병	Bệnh về tai
이비인후과	Khoa tai mũi họng,
이빨	Răng
이 뿌리	Chân răng
이산화탄소	Cacbon đioxit (CO_2)
이상감각	Cảm giác khác thường
이상증상이 있다	Có triệu chứng lạ
이상하다	Khác thường
이성간 성교	Quan hệ tình dục khác giới tính
이식 치료	Trị liệu bằng cách cấy ghép nội tạng
이식	Cấy ghép

이유	Cai sữa
이유식	Thức ăn dặm, món ăn dặm
이의 뿌리	Chân răng
이자관	Ống tụy
이중염	Viêm tai giữa
이질	Bệnh kiết lị
이차성	Thứ phát, do nguyên nhân khác
이첨판	Van hai lá
이촉	Chân răng
이치에 어긋나다	Trái với lẽ phải
익사	Chết đuối
익숙하다	Trở nên quen thuộc (công việc)
인	Photpho (P)
인간	Con người
인간의 염색체	Nhiễm sắc thể của người
인격형성	Hình thành nhân cách
인공 방광	Bàng quang nhân tạo
인공 영양	Dinh dưỡng nhân tạo
인공 후문	Hậu môn nhân tạo
인공	Nhân tạo
인공방광	Bàng quanh nhân tạo
인공수정	Thụ tinh nhân tạo
인공신장	Thận nhân tạo
인공심장	Tim nhân tạo
인공유산	Nạo thai
인공호흡	Hô hấp nhân tạo
인구 이동 통제	Hạn chế người dân di chuyển
인내심	Tính kiên trì nhẫn nại
인대	Dây chằng
인대손상	Chấn thương dây chằng

인대재건술	Phẫu thuật nối lại dây chằng
인두	Yết hầu
인두염	Viêm họng, sưng yết hầu
인두점막	Niêm mạc yết hầu
인슐린	Insulin
인스턴트 식물	Thức ăn nhanh (instant food)
인스텝, 발등	Mu bàn chân
인자	Nhân tố, nguyên nhân
인조혈관	Huyết quản nhân tạo
인중	Nhân trung
인지하다	Nhận ra, biết bệnh
인체	Cơ thể con người
인체의 면역	Miễn dịch của cơ thể
인체의 방어 반응	Phản ứng phòng vệ của cơ thể
인큐베이터	Lồng nuôi trẻ em đẻ non
인플루엔자	Dịch cúm
인플루엔자균	Vi khuẩn cúm gia cầm
인후 신경증	Chứng thần kinh yết hầu
인후	Yết hầu
인후염	Viêm yết hầu
일광욕	Tắm nắng
일란성 쌍생아	Trẻ sinh đôi cùng trứng
일반외과	Ngoại khoa thông thường
일반요법	Liệu pháp chữa bệnh thông thường
일본뇌염	Viêm não Nhật Bản
일본뇌염 예방접종	Tiêm phòng viêm não Nhật Bản
일사병	Cảm nắng
일상생활	Sinh hoạt đời thường, cuộc sống hàng ngày
일선 의료진	Đội ngũ y tế tuyến một
일시, 임시적	Nhất thời, tạm thời

일시적으로 사용하다	Dùng nhất thời
일회용 필수품	Đồ dùng hàng ngày
일종	Một kiểu
일종의 노화	Một kiểu lão hóa
일찍 발견하다	Phát hiện sớm (bệnh, v.v.)
일차성	Nguyên phát
일회 필수품	Hàng tiêu dùng một lần
일회용 장갑	Găng tay dùng một lần
일회용 주사기	Kim tiêm dùng một lần
임균	Cầu khuẩn
임산부	Người phụ nữ có thai, sản phụ
임상 데이터	Dữ liệu lâm sàng
임상 심리학자	Nhà tâm lý học lâm sàng
임상	Lâm sàng
임상검사	Kiểm tra,khám lâm sàng
임상상	Về mặt lâm sàng
임상적 특징	Đặc điểm lâm sàng
임상증상	Triệu chứng lâm sàng
임상증후군	Hội chứng lâm sàng
임상형	Tính lâm sàng
임시접종	Tiêm phòng tạm thời
임신	Có thai (có bầu)
임질	Bệnh giang mai
임질균	Khuẩn giang mai
입	Miệng
입구개	Phần sau trên vòm họng
입꼬리	Khoé miệng
입덧	Ốm nghén
입술	Môi
입술이 갈라져 있다	Nứt nẻ môi

입술주위에 물집이 생기다	Mụn nước sinh ra ở vùng môi
입에서 심한 악취가 나다	Mùi hôi thối từ miệng ra
입원	Nhập viện
입원수속, 절차	Thủ tục nhập viện
입원하다	Vào, nhập viện
입이 마르다	Khô miệng
입천장	Trần vòm miệng
잇몸	Nướu, lợi
잇지국	Vết cắn

ㅈ

자가 검진하다	Tự kiểm tra (bệnh) bản thân
자가	Tự mình
자가격리	Tự cách ly(ở nhà)
자가소화	Tự tiêu hóa
자궁	Tử cung
자궁암	Ung thư tử cung
자궁 외 임신	Mang thai ngoài tử cung
자궁절제 수술	Phẫu thuật cắt bỏ tử cung
자궁출혈	Xuất huyết tử cung
자궁파열	Bể, vỡ tử cung
자극	Kích thích
자극적인 음식	Thực phẩm có tính kích thích
자기	Bản thân
자기공명영상	Chụp cộng hưởng từ (MRI)
자기관리 노력을 해야 하다	Phải nỗ lực để tự quản lý mình
자다	Ngủ
자동	Tự động
자발적인	Tự nguyện
자비소독	Sát khuẩn bằng nước sôi
자세	Tư thế cơ thể (nằm, ngồi, đứng, v.v.)
자신감 회복	Hồi phục sự tự tin
자연 소멸되다	Tự nhiên mất đi, tự bị tiêu diệt
자연	Tự nhiên
자연분만	Sinh nở tự nhiên
자연사하다	Chết tự nhiên, chết do già
자연수명	Tuổi thọ tự nhiên
자연유산, 유산	Sẩy thai
자연인자	Yếu tố di truyền
자책감	Tự trách

자폐증	Bệnh tự kỷ
자포자기	Bỏ mặc
작용을 저해하다	Hạn chế tác dụng
잔 부상	Chấn thương nhỏ, chấn thương vặt
잔뇨	Đái nhắt
잔병	Bệnh vặt
잔병치레	Đau vặt, ốm vặt
잘못된 배변습관	Thói quen đi đại tiện sai
잠	Giấc ngủ
잠꼬대하다	Nói mê, nói mớ
잠막이 할게 되다	Trầy niêm mạc
잠복	Lặn, ẩn vào trong
잠복 고환	Hòn dái, Tinh hoàn ẩn vào trong
잠복기	Thời gian ủ bệnh
잠복하다	Ủ bệnh
잠재하다	Tiềm tàng
잠재혈반응	Phản ứng của máu lẫn trong phân, nước tiểu
잠혈반응	Phản ứng máu đọng
잡곡밥	Cơm nhiều loại ngũ cốc
장	Ruột
장거리 버스 운행 중단	Dừng vận hành các tuyến xe buýt đường dài
장골	Xương mông
장기	Nội tạng
장기이식	Thay nội tạng
장기제공자	Người hiến nội tạng
장님	Người bị mù
장독소	Độc tố đường ruột
장벽	Thành ruột
장수	Sống lâu, trường thọ
장수에 도움이 되다	Có ích cho sự sống lâu

장수의 비결이 있다	Có bí quyết sống lâu
장암	Ung thư ruột
장애가 있다	Bị dị tật
장염	Viêm ruột
장유착	Dính ruột
장천공	Thủng ruột
장티푸스	Sốt phát ban
장폐색증	Chứng tắc ruột
재건수술	Phẫu thuật phục hồi
재검하다	Kiểm tra lại
재발	Tái phát
재발에 의해 사망하다	Tử vong do tái phát
재발을 억제하다	Hạn chế tái phát
재생능력이 떨어지다	Sụt giảm năng lực tái sinh
재생상피	Lớp da ngoài phục hồi
재생하다	Tái sinh, sống lại, phục hồi
재채기	Hắt xì hơi
재출혈	Chảy máu lại
재해	Tai nạn
재활	Phục hồi chức năng
재활운동	Tập phục hồi chức năng
재활의학과의사	Bác sĩ y học phục hồi chức năng
재활치료	Điều trị phục hồi chức năng
잿빛	Màu tro
저류되다	Đọng, tích lại
저리다	Tê, tê mỏi
저밀도 단백질	Đạm (Lipoprotein) mật độ thấp
저밀도	Mật độ thấp
저산소증	Triệu chứng thiếu oxy
저신장증	Chứng lùn

저염식	Thực phẩm ít muối
저염식과 운동요법	Liệu pháp ăn ít muối và siêng vận động
저온 환경	Môi trường nhiệt độ thấp
저절로 가라앉다	Tự lắng dịu xuống
저절로 없어지다	Tự khỏi, tự mất đi
저절로	Tự thân, tự nó
저체온상태	Trạng thái nhiệt độ cơ thể thấp
저칼슘	Thiếu canxi
저칼슘식	Thực phẩm ít kali
저칼슘혈증	Chứng thiếu canxi trong máu
저하하다	Yếu, giảm, đi xuống
저항력	Sức đề kháng
저혈당증	Chứng đường huyết thấp
저혈압	Huyết áp thấp
적당하다	Thích đáng, thích hợp
적당한 운동	Vận động mức vừa phải
적리	Bệnh kiết lị
적신호	Dấu hiệu nguy hiểm, đèn đỏ
적외선 체온측정기	Thiết bị đo nhiệt độ hồng ngoại
적외선 치료	Trị liệu bằng tia hồng ngoại
적절하다	Thích hợp
적절한 수술시기	Thời kỳ phẫu thuật thích hợp
적제술	Phẫu thuật cắt bỏ
적출수술	Phẫu thuật cột sống
적혈구 감소증	Giảm hồng cầu
적혈구 수	Số hồng cầu
적혈구 용적	Dung tích hồng cầu
적혈구	Huyết cầu đỏ, hồng cầu
전기 소각법	Đốt cháy, thiêu hủy bằng điện
전기	Điện

전기절제술	Cắt bỏ bằng điện (phẫu thuật)
전기충격요법	Liệu pháp xung kích điện
전기치료	Trị liệu bằng điện
전기칼	Dao điện
전도	Điện đồ
전도검사	Kiểm tra điện tâm đồ
전도로	Đường truyền
전립선 비대증	Chứng phì to tuyến tiền liệt
전립선 피막	Màng bao tuyến tiền liệt
전립선	Tuyến tiền liệt
전립선암	Ung thư tuyến tiền liệt
전립선암으로 사망하다	Tử vong do ung thư tuyến tiền liệt
전립선염	Viêm tuyến tiền liệt
전립선을 절제수술하다	Phẫu thuật cắt bỏ tuyến tiền liệt
전방 십자인대	Dây chằng chéo trước
전색하다	Tắc, bị bịt kín
전생애	Suốt cuộc đời
전신	Toàn thân
전신마취	Gây tê toàn thân
전신부종	Phù nề toàn thân
전염경로	Con đường truyền nhiễm
전염되다	Bị lây nhiễm
전염병	Bệnh truyền nhiễm
전염병 발생 상황	Tình hình bùng phát bệnh truyền nhiễm
전염병 발생 지역	Khu vực phát sinh bệnh truyền nhiễm
전염병 예방	Phòng ngừa lây nhiễm
전염병 확산 억제	Kìm hãm sự lây lan bệnh truyền nhiễm
전염병학 조사	Điều tra bệnh học truyền nhiễm
전염병학	Bệnh học truyền nhiễm
전염성	Có tính lây nhiễm

전이	Di căn
전이를 일으키다	Gây ra di căn
전이성 간암	Ung thư gan do di căn
전이성 뇌종양	U não do di căn
전이성골암	Ung thư xương do di căn
전정계	Hệ tiền đình
전정신경염	Viêm thần kinh tiền đình
전파	Lây lan, lan truyền
전파경로	Qua con đường lây nhiễm
전파력	Khả năng lan truyền
전파방식	Phương thức lan truyền
전파양식	Kiểu lây lan, lan truyền
전파하다, 퍼지다	Lan truyền
전해질	Chất điện giải
전해질불균형	Mất cân bằng chất điện giải
절다	Thọt chân, bước khập khễnh
절뚝거리다	Đi khập khiễng
절망	Tuyệt vọng
절망감	Cảm thấy tuyệt vọng
절제수술하다	Phẫu thuật cắt bỏ
젊다	Trẻ
젊어서부터	Ngay từ khi còn trẻ
점	Nốt ruồi
점막	Niêm mạc, màng (ruột, tim, mắt)
점막보호제	Thuốc bảo vệ niêm mạc
점막이 붓다	Niêm mạc sưng lên
점막촬영법	Cách chụp niêm mạc
점안기	Ống nhỏ mắt
점안액	Thuốc nhỏ mắt
점액	Dung dịch, chất nhầy

접액낭	Túi đựng dịch nhầy
접촉	Tiếp xúc
접촉성 피부염	Viêm da do tiếp xúc
접촉을 삼가다	Hạn chế tiếp xúc
접촉을 피하다	Tránh tiếp xúc
접촉이 많을 수록 발병가능이 높다	Khả năng phát bệnh nhiều lên do tiếp xúc
접촉자 추적	Truy tìm người đã tiếp xúc
정	Viên (thuốc)
정강이 보호대, 신 가드	Miếng bảo vệ ống quyển
정강이	Ống quyển
정강이받이	Miếng bảo vệ ống khuyển
정강이뼈	Xương ống quyển
정관복원수술	Mổ phục hồi khớp gối
정기	Định kỳ
정기적인 진찰이 필요하다	Cần khám bệnh định kỳ
정낭염	Viêm túi sản sinh tinh trùng
정도	Khoảng, chừng
정력	Khả năng tình dục của đàn ông
정력감퇴	Suy giảm khả năng sinh lý đàn ông
정력제	Thuốc tăng sinh lý
정맥 내 투여기	Ống truyền tĩnh mạch
정맥 확장증	Bệnh giãn nở tĩnh mạch
정맥	Tĩnh mạch
정맥이 확장되다	Tĩnh mạch được mở rộng
정밀검사	Kiểm tra chi tiết
정밀초음파	Siêu âm kỹ thuật cao
정보 제공하다	Cung cấp thông tin
정보	Thông tin
정상	Bình thường
정상적	Một cách bình thường

정상체온	Thân nhiệt bình thường
정상치	Chỉ số trung bình
정상혈압	Huyết áp bình thường
정서불안	Rối loạn cảm xúc
정서적	Thuộc về tình cảm (cảm tính)
정수리	Đỉnh đầu, thóp đầu
정신	Thần kinh
정신과	Khoa thần kinh, bệnh viện tâm thần
정신과 병원	Bệnh viện tâm thần
정신과 의사	Bác sĩ tâm lý
정신기능	Chức năng tinh thần
정신박약	Suy nhược thần kinh
정신병	Bệnh tâm thần
정신병원	Bệnh viện tâm thần
정신병자	Người bệnh thần kinh
정신병적 우울증	Chứng trầm cảm do thần kinh
정신분열증	Bệnh tâm thần phân liệt
정자	Tinh trùng
정제	Thuốc viên
정지상태	Trạng thái ngừng thở, tim ngưng đập
정형외과	Ngoại khoa chỉnh hình (xương)
정형외과의사	Bác sĩ ngoại khoa chỉnh hình
젖	Sữa
젖가슴	Vú
젖먹이	Trẻ còn bú mẹ
젖산	Axit lactic
제 1 기	Giai đoạn 1
제거술	Phương pháp loại bỏ
제거하다	Loại trừ, cắt bỏ
제산제	Thuốc hạn chế axit (trong dạ dày)

제약회사	Công ty dược
제왕절개	Sinh mổ
제왕절개술	Phẫu thuật phá thai
제품명	Tên sản phẩm, tên thuốc
조금 섞여 나오는 혈담	Máu lẫn đờm chảy ra
조기 발견	Phát hiện sớm
조기	Thời kỳ đầu
조기발견	Phát hiện sớm
조기에 진단하다	Chẩn đoán sớm
조기위암	Ung thư giai đoạn đầu
조기치료	Chữa sớm, trị liệu ngay từ ban đầu
조깅	Chạy bộ
조루	Sự xuất tinh sớm
조루증	Bệnh xuất tinh sớm (đàn ông)
조류독감	Cúm gia cầm
조바심	Sự nôn nóng
조산	Sinh non
조산아	Trẻ sinh non, trẻ sinh chưa đủ tháng
조숙하다	Phát triển trước tuổi
조임근	Cơ hình tròn, cơ vòng
조절	Điều tiết
조제분유	Sữa bột công thức
조제실	Phòng điều chế thuốc
조제하다	Chế tạo, làm, sản xuất
조직 이식	Cấy tổ chức nội tạng
조직	Tổ chức, cấu trúc, nội tạng
조직검사를 하다	Kiểm tra cấu trúc
조직력	Sự gắn kết
조직생검	Kiểm tra sinh thiết tổ chức
조충	Con sán

조혈	Sản xuất máu
조혈모세포	Tế bào gốc tạo máu
족관절	Khớp chân
존재 유무	Tồn tại hay không
존재하다	Tồn tại
졸도하다	Ngất xỉu
좁다	Chật hẹp
좁아지다	Co lại, hẹp lại
종괴	Khối u
종류	Loại, nhóm, chủng loại
종아리	Bắp chân
종아리뼈	Xương bắp chân
종양	Khối u, ung nhọt, u
종족을 보존하다	Duy trì nòi giống
종창	Sưng phù
종합병원	Bệnh viện đa khoa
좌골	Xương chậu
좌심실	Tâm thất trái
좌심실 비대	Chứng phì to của tâm thất trái
좌엽	Thùy trái
좌욕하다	Tắm ngồi
좌우상하	Trái và phải
좌측	Bên trái
죄책감	Sự hối hận, ăn năn
주간 의학적 관찰	Quan sát y tế trong tuần
주관절	Khớp khuỷu tay
주근깨	Tàn nhang da
주기적	Có tính chu kỳ
주로	Chủ yếu
주름살	Nếp nhăn

주먹	Nắm đấm, nắm tay
주먹코	Mũi to
주범	Thủ phạm chính, nguyên nhân chủ yếu
주범으로	Được cho là thủ phạm chính
주사	Tiêm
주사기	Bộ kim tiêm
주사를 맞다	Tiêm, được tiêm
주사약	Thuốc tiêm
주사요법	Liệu pháp tiêm thuốc
주사용과 경구용	Dùng để tiêm và dùng để uống
주사침	Kim tiêm
주스	Nước trái cây, nước hoa quả
주위	Xung quanh
주의하다	Chú ý, tập trung
주입하다	Đưa vào, lồng vào
G 형	Nhóm G
줄기세포	Tế bào gốc
중국인 관광객	Khách du lịch người Trung Quốc
중금속	Kim loại nặng
중금속 중독	Ngộ độc kim loại nặng
중단하다	Ngưng, nghỉ, gians đoạn
중독	Nghiện
중병	Bệnh nặng
중부식도	Phần giữa thực quản
중상	Bị thương nặng
중성지방	Mỡ trung tính
중압감	Cảm giác bị áp lực
중이염	Viêm tai giữa
중이염치료	Chữa bệnh viêm tai giữa
중증	Triệu chứng nặng

중증급성호흡증후군	Hội chứng hô hấp cấp tính
중지	Ngón giữa
중추	Cột sống, cơ quan thần kinh
중탕하다	Nhúng cách thủy vào nước sôi
중태	Bệnh trạng nghiêm trọng
중풍	Đột quỵ
중환자	Bệnh nhân nặng
중환자실 (ICU)	Phòng ICU
쥐가 나, 쥐가 생기다	Chuột rút
쥐어짜다	Vắt
증가하다	Tăng lên
증강제	Thuốc làm tăng cơ bắp
증상	Triệu chứng
증상들이 호전되다	Triệu chứng trở nên tốt hơn
증상은 매우 다양하다	Triệu chứng rất đa dạng
증상자	Người có triệu chứng
증세	Chứng, triệu chứng bệnh
증식되다	Sinh ra nhiều, sinh sôi nảy nở
증식하다	Tăng trưởng, phát triển
증오감	Lòng hận thù, sự thù ghét
증후, 증세	Triệu chứng, chứng
증후군	Hội chứng
지그재그 모양	Hình zigzag
지능	Trí năng, trí tuệ
지능장애	Thiểu năng trí tuệ
지능저하	Giảm trí nhớ
지능지수	Chỉ số thông minh
지능지수검사	Kiểm tra chỉ số trí thông minh
지라	Lá lách
지리다	Bí (tiểu, đại tiện)

지문	Dấu vân tay
지방	Mỡ (động vật)
지방간	Gan nhiễm mỡ
지방분	Chất béo
지방산	Axit béo
지방흡입술	Hút mỡ
지병	Bệnh lâu ngày, khó chữa
지압	Bấm huyệt
지역보건센터	Trung tâm y tế địa phương
지장을 받는다	Gặp trở ngại, khó khăn
지정병원	Bệnh viện chỉ định
지혈	Cầm máu
지혈약물요법	Liệu pháp cầm máu
지혈제	Thuốc cầm máu
직업성 노출	Phơi nhiễm có tính nghề nghiệp
직장	Trực tràng
직장경	Kính nội soi trực tràng
직장근육	Cơ trực tràng
직장암	Ung thư trực tràng
직장출혈	Chảy máu trực tràng
진경제	Chống co giật
진단	Chuẩn đoán
진단방법	Phương pháp chẩn đoán bệnh
진단에 유용하다	Được dùng trong chẩn đoán bệnh
진단용 시약	Thuốc thử dùng khi chẩn đoán bệnh
진단키트	Bộ kit chẩn đoán
진단하다	Chẩn đoán bệnh
진땀	Mồ hôi hột
진료를 거부하다	Từ chối khám chữa bệnh
진료상품	Sản phẩm điều trị bệnh

진료의사	Bác sĩ chuyên khoa
진료하다	Khám chữa bệnh
진맥을 하다	Bắt mạch
진물	Nước mủ máu trong vết thương
진정제	Thuốc an thần
진정하다	Ổn định, bình tĩnh
진찰하다	Khám bệnh, chẩn đoán bệnh
진통용해제	Thuốc giảm đau
진통제	Thuốc giảm đau
진통진정제	Thuốc giảm đau và ổn định tinh thần
진폐증	Bệnh bụi phổi
진하다	Đặc, đậm
진행되다	Được tiến hành
질 바로 밑에	Ngay dưới âm hộ
질병	Bệnh tật (nói chung)
질병과 노화를 일으키다	Gây bệnh tật và lão hóa
질병을 앓다	Ốm đau, bị bệnh
질병의 진단기술	Kỹ thuật chẩn đoán bệnh
질분비물 (냉)	Chất dịch tiết từ âm hộ
질산염	Nitrat
질세척법	Thuốc rửa âm hộ
질식하다	Ngạt thở, chết ngạt
질염	Viêm âm đạo
질환	Bệnh tật
집게 손가락	Ngón tay trỏ
집다	Kẹp
집중 공략하다	Nhắm vào, tập trung vào
집중치료실	Phòng điều trị đặc biệt
집중치료실에 입원시키다	Nhập viện điều trị ở phòng chăm sóc đặc biệt
짜게 먹다	Ăn mặn

짜내다	Vắt ra, nặn ra
짜지 않게 먹다	Không ăn mặn
짧은 잠복기	Thời gian ủ bệnh ngắn
쪼그리다	Gập lại
찌르다	Đâm, châm (lửa)
찜질	Chườm nóng
찜질팩	Túi chườm nóng
찜질하다	Chườm (nóng, lạnh)
찢어지는 듯한 통증	Đau như xé, như rách thịt
찢어지다	Rách ra, xé ra

ᄎ

차 멀미	Say xe
차 있다	Chứa đầy, đầy
차단제	Thuốc cắt cơn
차수저	Thìa trà, thìa nhỏ
차츰 피곤해지다	Dần dần trở nên mệt mỏi
착상하다	Thai ổn định
착색제	Chất nhuộm màu
착오하다	Nhầm lẫn
찰과상	Vết trầy xước
참다	Chịu đựng
창백하다	Nhợt nhạt
창상의 치료	Chữa vết loét
창자	Ruột già và ruột non
채찍질손상	Vết thương bị đánh
채취하다	Lấy (mẫu) ra
채혈하다	Lấy máu, rút máu
처방, 처방전	Đơn thuốc

처방하다	Kê đơn thuốc
처치	Xử trí
척골	Xương sống
척주만곡	Vẹo, cong cột sống
척추	Cột sống
척추 신경근	Thần kinh cột sống
척추관	Hệ thống lỗ đĩa đệm cột sống
척추관	Ống tủy sống
척추후궁	Vẹo cột sống (trẻ em)
천공	Thủng lỗ (dạ dày, v.v.)
천공되다	Bị thủng lỗ
천명	Mệnh trời
천식	Hen, suyễn
천연두	Bệnh đậu mùa
천자검사	Kiểm tra máu lấy ra
천자술	Đưa ống hút vào lấy ra
천자채취	Rút ra bằng ống hút
천자흡	Dùng ống hút ra
철결핍성 빈혈	Thiếu máu do thiếu chất sắt
철분	Thành phần sắt
철분 손실	Mất thành phần sắt
철분결핍	Thiếu thành phần sắt
철분의 고갈	Cạn kiệt thành phần sắt
철분제	Thuốc bổ chứa chất sắt
철분제제	Chế tạo ra thành phần sắt
철분제제 주사요법	Liệu pháp tiêm thuốc tạo ra chất sắt
첨단치료법	Liệu pháp tối tân
첫 아이	Con đầu lòng
청결하다	Tinh khiết, sạch sẽ
청결히 지키다	Giữ vệ sinh sạch sẽ

청력	Thính giác
청력기능	Chức năng nghe
청신경종양	U thần kinh thính giác
청장년	Thanh niên trưởng thành
청진기	Ống nghe
청진소견	Kết quả kiểm tra bằng ống nghe
청진하다	Chẩn đoán bằng nghe
체격	Thể hình
체격이 가냘프다	Vóc dáng mảnh khảnh
체격이 크다	Vóc dáng to cao
체내의 철분	Thành phần sắt trong cơ thể
체력 증강	Tăng cường thể lực
체력 측정	Kiểm tra thể lực, đo thể lực
체력	Thể lực
체력부족	Thiếu thể lực
체력소모	Tiêu hao thể lực
체력소진	Tiêu hao thể lực
체력이 떨어지다	Thể lực giảm sút
체상 온도	Nhiệt độ bình thường
체액 분포	Phân bổ chất lỏng
체여과율	Tỷ lệ lọc của thận
체온 모니터링	Theo dõi nhiệt độ cơ thể
체온 측정	Đo nhiệt độ cơ thể
체온	Nhiệt độ cơ thể
체온계	Nhiệt kế
체온을 측정하다	Đo nhiệt độ cơ thể
체온의 변화를 관찰하다	Theo dõi sự thay đổi của thân nhiệt
체온이 낮다	Nhiệt độ cơ thể thấp
체온이 높다	Thân nhiệt cao
체온조절	Điều chỉnh thân nhiệt

체외	Bên ngoài cơ thể
체중	Thể trọng (cân nặng)
체중감소	Giảm trọng lượng cơ thể
체질	Thể chất
체질적	Thuộc về thể chất
체취	Mùi mồ hôi
체하다	Khó tiêu, đầy hơi
체형	Thể hình
초경	Kinh nguyệt lần đầu
초기	Thời kỳ đầu
초기상	Triệu chứng ban đầu
초기암	Ung thư kỳ đầu
초래하다	Dẫn đến, kéo theo, đưa đến
초산부	Sản phụ sinh lần đầu
초유	Sữa non
초음파검사	Kiểm tra siêu âm
초점	Tiêu điểm
초조하다	Lo lắng, bất an trong lòng
촉각	Xúc giác
촉진제	Chất kích thích, chất xúc tác
촉진하다	Sờ, nắn chẩn đoán
촌충	Con sán
총 칼로리	Tổng năng lượng, tổng số calory
총력전	Trận tất tay, trận tổng lực
총상	Vết thương do đạn súng đạn gây ra
최고형	Hình phạt cao nhất
최면	Thôi miên
최면제	Thuốc ngủ
최선의 방법	Phương pháp tốt nhất
최소	Ít nhất, tối thiểu

최신	Tối tân
최신의학의 발달	Sự phát tiển của nền y học tối tân
최종	Cuối cùng
최초	Đầu tiên
추가 발생하다	Phát sinh thêm
추간판 탈출증	Chứng thoát vị đĩa đệm
추락사하다	Chết do rơi từ trên cao xuống
추산되다	Được trù tính, dự đoán
추세	Xu thế, tình hình về sau
추적	Theo dõi
추천하다	Xúc tiến, tiến cử, giới thiệu (소개하다)
축농증	Bệnh viêm xoang
춘곤증	Chứng bệnh mệt mỏi vào mùa xuân
출렁출렁 물소리	Có tiếng sôi trong bụng
출산	Sự sinh nở
출산 전	Trước khi sinh
출산 후	Sau khi sinh
출산과 육아기	Thời kỳ sinh và nuôi con
출산시	Thời gian sinh nở
출산통	Cơn đau khi sinh đẻ
출생아	Trẻ sơ sinh
출혈	Chảy máu, xuất huyết, ra máu
출혈성 위염	Viêm dạ dày xuất huyết
출혈열	Sốt xuất huyết
충격요법	Liệu pháp gây sốc
충격파	Sóng xung kích
충란	Trứng giun, trứng ký sinh trùng
충만하다	Sung mãn, đầy
충수돌기	Ruột thừa
충치	Sâu răng

충혈되다	Sung huyết, đỏ lên do máu tụ
췌관	Ống tụy
췌관을 통하다	Thông qua ống tụy
췌장	Tuyến tụy
췌장암	Ung thư tụy
췌장염	Viêm tụy
취미	Sở thích
취약계층	Tầng lớp nhạy cảm
취침전	Trước khi đi ngủ
치과 의사	Bác sĩ nha khoa
치과	Nha khoa
치과의사	Bác sĩ nha khoa
치료 의사	Bác sĩ vật lý trị liệu
치료	Điều trị, chữa bệnh
치료기구	Trang thiết bị điều trị
치료기술	Kỹ thuật trị liệu
치료를 받다	Được chữa bệnh
치료목표	Mục tiêu chữa bệnh
치료방법	Phương pháp trị liệu
치료사	Bác sĩ vật lý trị liệu
치료하다	Chữa bệnh bằng y thuật
치루	Bệnh thủng thân răng
치루누공	Lỗ thủng của trĩ
치매	Bệnh đãng trí
치명적이다	Có tính nguy hiểm chết người
치사량	Lượng gây chết người
치사율	Tỷ lệ tử vong
치아	Răng
치아건강	Sức khỏe răng miệng
치유되다	Được chữa khỏi

치주염	Viêm lợi răng, viêm chân răng
치질	Bệnh trĩ
치통	Đau răng
치핵	Bệnh trĩ trĩ
치핵	Khối trĩ
치핵출혈	Xuất huyết do bệnh trĩ
침	Nước bọt, nước miếng, kim châm cứu
침과 땀	Nước miếng và mồ hôi
침샘	Tuyến nước bọt
침생검	Lấy nước miếng để kiểm tra
침술, 침을 맞다	Châm cứu, châm kim
침윤	Xâm lấn (bệnh, khối u)
침으로 오염되다	Bị ô nhiễm vì nước miếng
침을 삼키다	Nuốt nước miếng
침을 흘리다	Thèm chảy nước miếng
침이 질질 흘리다	Nước miếng chảy ròng ròng
침입을 방지하다	Phòng (vi khuẩn) xâm nhập vào
침착하다	Bình tĩnh
침착하다	Đoán,dự đoán

ㅋ

카로틴색소	Sắc tố carotene
칸디다곰팡이	Nấm mốc candida
칸디다질염	Viêm niêm mạc âm hộ (do vi khuẩn candida)
칼	Con dao
칼로리	Calory
칼륨	Kali
칼륨이 풍부한 음식	Thức ăn giàu kali
칼슘	Canxi
칼슘이 빠져 나가다	Mất canxi

칼에 찔리다	Bị dao đâm
캡슐, 캡슐약	Thuốc con nhộng
커프	Đai cố định
컨디션	Tình trạng sức khỏe
컨디션을 유지하다	Duy trì sức khỏe
코	Mũi
코딱지	Cứt mũi
코뼈, 비골	Xương mũi
코어 훈련	Tập cơ
코카인	Cocain
코털	Lông mũi
코피	Máu mũi
콘돔	Bao cao su
콘돔을 사용하다	Dùng bao cao su
콘디로마	Bệnh giang mai kỳ 2
콜레라	Bệnh dịch tả
콜레스테롤	Cholesterol
콧구멍	Lỗ mũi
콧날	Sống mũi, chóp mũi
콧등	Sống mũi
콧물	Nước mũi
콧물이 나다	Nước mũi chảy ra
콧수염	Ria mép
콩	Đậu (các loại nói chung)
콩팥	Thận
콩팥, 신장	Cầu thận, quả thận
쾌변하다	Tiêu hóa tốt
쿨 다운	Thả lỏng
크기	Độ to, mức độ lớn
크기대로 원상복귀되다	Trở lại độ lớn ban đầu

키	Chiều cao cơ thể
키가 작다	Người thấp bé
키기	Kích thước

ㅌ

타박상	Vết thương, bầm tím
타선	Tuyến nước bọt
타원낭	Buồng hình oval
탄력	Sức đàn hồi
탄력붕대	Băng đàn hồi
탄력성	Có tính đàn hồi
탄산가스	Khí cacbon đioxit (CO_2)
탄수화물	Tinh bột
탈골	Trật khớp xương
탈구	Trật khớp
탈모	Rụng tóc
탈모증	Chứng rụng tóc
탈수	Mất nước
탈수증	Triệu chứng mất nước
탈장	Sa ruột
탈진	Kiệt sức
탈진감	Cảm thấy kiệt sức
탈출추간판	Thoát vị đĩa đệm
탐색검사	Kiểm tra thăm dò
탐식하다	Tiêu hóa năng lượng trong và ngoài tế bào
태몽	Giấc mộng có thai
태반	Thai, thai nhi
태생기	Thời kỳ thai ghén
태아	Bào thai, thai nhi

태아 영양제	Thuốc dưỡng thai
태양	Mặt trời
태줄	Nhau thai
탯줄	Nhau thai
턱	Cằm
턱밑샘	Tuyến dưới tai, tuyến nước bọt
턱밑이 붓다	Cằm dưới sưng lên
턱뼈	Xương cằm
턱수염	Râu cằm
털	Lông
털다	Phủi, giũ
테스트 샘플	Mẫu kiểm tra
테이핑	Băng
토순	Sứt môi, hở hàm ếch, nứt môi
토하다	Nôn mửa
토혈	Nôn ra máu, thổ huyết
통각	Cảm giác đau
통로차단제	Thuốc cắt cơn đau
통증	Cơn đau, đau, triệu chứng đau
통증을 나타내다	Xuất hiện chứng đau
통증의 완화	Làm dịu cơn đau
통증이 가라앉다	Chứng đau dịu xuống
통풍	Bệnh gút
통풍	Bệnh gút (gout)
통하다	Thông với nhau, liên kết với nhau
퇴색되다	Thoái hóa, bay màu
퇴원하다	Ra viện, xuất viện
퇴행성 변화	Thay đổi do thoái hóa
퇴행성 추간판 질환	Đĩa đệm bị thoái hoá
퇴행성	Thoái hóa

투병	Mắc bệnh
투약방법	Cách điều trị
투여하다	Đưa vào, cho vào (thuốc, v.v.)
튀어 나오다	Vọt ra, bắn ra, tuôn ra
트림	Ợ ra
트림을 시키다	Làm cho nôn ọe ra ngoài
트립신	Trypsin phân giải chất đạm thành axit amin
특별보상정책	Chính sách bồi thường đặc biệt
특수 조제하다	Điều chế đặc biệt
특수	Đặc biệt
특수정밀검사	Kiểm tra chi tiết chính xác đặc biệt
특효약	Thuốc đặc trị
특효약은 아직 없다	Vẫn chưa có thuốc đặc hiệu
튼튼하다	Khoẻ mạnh
튼튼한 인대와 근육	Dây chằng và cơ bắp săn chắc
티눈	Vết chai

ㅍ

파괴되다	Bị phá hủy
파낼 수도 있다	Có thể khoét sâu
파먹어 들어가다	Đào sâu vào
파상풍	Bệnh uốn ván
파스	Cao dán
파열되다	Đứt gãy
파킨슨병	Bệnh Parkinson
판막	Van mạch máu
판막 협착증	Bệnh hẹp van tim
팔	Cánh tay
팔걸이 붕대	Băng tay

팔꿈치	Cùi tay, khuỷu tay
팔꿈치 관절	Khớp khuỷu tay
팔뚝	Bắp tay
패혈증	Nhiễm trùng máu
패혈증	Nhiễm trùng máu
팹신	Pepsin
팽만감	Cảm thấy (bụng) trướng, to ra
팽창하다	Phình to lên, bành trướng
펌프	Bơm
페니실린 항생제	Thuốc kháng sinh penicillin
페니실린계통	Thuốc hệ penicillin
페스트	Dịch hạch
펴다	Mở ra, giang, xoè
편도선 수술	Phẫu thuật amidan
편도염	Viêm amidan
편두통	Đau nửa đầu
편마비	Tê liệt từng bộ phận cơ thể
편식을 하다	Kén ăn
평균 생존율	Tỷ lệ sống sót trung bình
평균수명	Tuổi thọ trung bình
평생	Cuộc đời
평활근	Cơ trơn
폐	Phổi
폐결핵	Bệnh lao phổi
폐경	Bế kinh, mãn kinh
폐경기	Thời kỳ mãn kinh
폐농양	Áp xe phổi
폐디스토마	Trùng ký sinh trong gan
폐렴	Viêm phổi
폐색이 있다	Bị tắc

폐색하다	Ngạt, nghẹt
폐쇄부전	Bệnh hở van tim
폐암	Ung thư phổi
폐정맥	Tĩnh mạch phổi
폐질환	Bệnh phổi
폐포	Cuống phổi
폐활량	Dung tích phổi
포경	Bao quy đầu
포경수술	Phẫu thuật cắt bao quy đầu
포도당	Đường glucose
포막	Màng bao
포화	Bão hòa
포화도	Độ bão hòa
표면	Bề mặt
표면이 매끈하다	Bề ngoài trơn tru
표면항체	Kháng thể bề mặt
표면형	Bề mặt
표본	Tiêu bản
표본을 만들다	Làm tiêu bản
표준체증	Thể trọng chuẩn mực
표피	Biểu bì
푸석하다	Sần sùi
풀어지다	Giãn nở
풍부하게 함유되다	Có chứa nhiều, phong phú
풍선주입법	Phương pháp dùng bong bóng
풍토병	Bệnh phong thổ, bệnh địa phương
피	Máu
피곤 기색	Dấu hiệu mệt mỏi
피곤하다, 피로	Mệt mỏi
피똥	Phân có máu

피로감	Cảm giác mệt mỏi
피로도	Mức độ mệt mỏi
피로하다	Mệt mỏi (cơ)
피부 발진	Dị ứng da
피부 질환	Bệnh da
피부	Da
피부병	Bệnh ngoài da
피부암	Ung thư da
피부에 종기	U nhọt trên da
피부염	Viêm da
피임	Tránh thai
피임실패율	Tỷ lệ thất bại trong phòng tránh thai
피임약	Thuốc tránh thai
피임약 복용	Uống thuốc tránh thai
피지컬	Sức mạnh
피진	Bệnh ngoại ban
피하	Dưới da
피하주사	Tiêm dưới da
핀셋, 쪽집게	Cái gắp, cái nhíp
필로폰	Philopon
필수영양	Dinh dưỡng thiết yếu
핍뇨	Khó đái, đái ít
핍뇨기	Thời kỳ giảm bài tiết nước tiểu
핏줄	Huyết mạch

하루	Một ngày
하문 협착	Hẹp hậu môn
하부	Phần dưới

하부식도	Phần dưới thực quản
하제	Thuốc sổ ruột, nhuận tràng
하체 비만형	Kiểu béo phì phần dưới cơ thể
하품	Ngáp
하한선	Giới hạn dưới
학령 기	Tuổi đi học
학질	Bệnh sốt rét
학질모기	Muỗi sốt rét
한 모금 마시다	Uống một ngụm (nước)
한 세 전후에	Trước và sau 1 tuổi
한약	Đông y, thuốc nam, thuốc bắc
한의사	Bác sĩ đông y
한의원	Hiệu thuốc bắc, thuốc đông y
함몰되다	Bị chìm xuống, lọt xuống
합병증	Bệnh biến chứng
합병증을 일으키지 않다	Không gây ra biến chứng
합병증의 방지에 좋다	Tốt cho việc phòng bệnh biến chứng
항결핵제	Thuốc chống lao
항경련제	Thuốc chống co giật
항고혈압제	Thuốc chống cao huyết áp
항동맥경화제	Thuốc chống xơ cứng động mạch
항말라리아제	Thuốc chống sốt rét
항문 협착증	Chứng hẹp hậu môn
항문	Hậu môn
항바이러스제	Thuốc chống virus
항산성 세균	Vi khuẩn chống axit
항상	Luôn luôn
항생 물질	Chất kháng sinh
항생연고	Thuốc bôi kháng sinh
항생제	Thuốc kháng sinh

항생제를 투여하다	Đưa chất kháng sinh vào
항생제사용	Sử dụng chất kháng sinh
항암제	Thuốc chống ung thư
항염효과	Hiệu quả chống viêm nhiễm
항원 검출법	Kiểm tra kháng nguyên
항원	Nguồn kháng thể
항원형	Loại kháng nguyên
항응고제 요법	Liệu pháp chống đông máu
항체	Kháng thể
항협심증	Chống cơn đau thắt ngực
해골	Hài cốt
해독작용	Có tác dụng giải độc
해독제	Thuốc giải độc
해부학적	Thuộc về giải phẫu học
해수병	Bệnh ho nặng, ho gà
해열	Hạ sốt
해열제	Thuốc giải nhiệt, hạ sốt
해외 구매	Mua từ nước ngoài
해외 단체관광 중단	Ngưng du lịch nhóm ra nước ngoài
핵분열	Sự phân chia của nhân tế bào
핵심	Sức mạnh cơ bắp
햄스트링	Bắp đùi sau
햄스트링 부상	Chấn thương bắp đùi sau
햇빛	Ánh nắng
허리	Lưng, eo
허리둘레	Vòng eo
허리디스크	Thoát vị đĩa đệm
허리뼈	Đốt sống lưng
허무감	Cảm giác trống rỗng
허벅지	Bắp đùi

허탈상태	Trạng thái mệt mỏi
허파	Phổi
헌혈	Hiến máu
헛기침	Ho vặt
헛소리를 하다	Nói sảng, nói mê
헤로인	Heroin, ma túy
헹구다	Súc miệng, tráng qua
혀	Cái lưỡi (động vật)
현기증	Chóng mặt,hoa mắt
현대의학의 발달	Sự phát triển của y học hiện đại
현명한 방법	Phương pháp sáng suốt
현미밥	Cơm gạo lứt
현상으로서	Theo hiện tượng
현저하다	Rõ ràng, rõ rệt
현훈증	Chứng chóng mặt
혈	Huyết, máu
혈관	Huyết quản
혈관종	Bệnh u máu
혈구를 생산하다	Sản xuất hồng cầu
혈뇨	Chứng tiểu ra máu
혈담	Máu lẫn đờm
혈당	Đường huyết
혈당강하제	Thuốc uống hạ tiểu đường
혈변	Đại tiện ra máu, tiện huyết
혈색소	Sắc tố máu, huyết sắc tố
혈색소치	Chỉ số huyết sắc tố (hemoglobin)
혈소판	Tiểu cầu
혈압	Huyết áp
혈압계	Máy đo huyết áp
혈압상승제	Thuốc làm tăng huyết áp

혈압약	Thuốc huyết áp
혈압을 관찰하다	Theo dõi huyết áp
혈압을 재다	Đo huyết áp
혈액	Huyết dịch, máu
혈액 샘플	Mẫu máu
혈액 투석	Lọc máu
혈액	Huyết thanh, máu
혈액검사	Xét nghiệm máu
혈액순환	Tuần hoàn máu
혈액은행	Ngân hàng máu
혈액형	Nhóm máu
혈연관계	Quan hệ huyết thống
혈우병	Bệnh máu không đông
혈청	Huyết thanh
혈청진단	Chẩn đoán huyết thanh
혈흔	Vết máu
혐기성 세균	Vi khuẩn yếm khí
협소	Nhỏ, hẹp
협심증	Chứng đau thắt ngực
협착	Co hẹp
협착증	Chứng co thắt
혓바늘	Nhiệt miệng
호기	Sở thích
호르몬	Nội tiết tố
호발 부위	Vùng dễ phát sinh (bệnh)
호발하다	Dễ phát sinh, dễ sinh ra (bệnh)
호소하다	Kéo theo, dẫn đến
호염기성	Tính yếm khí
호흡	Hô hấp
호흡계통	Hệ hô hấp

호흡곤란	Khó thở
호흡기	Hệ hô hấp
호흡기 증상	Các triệu chứng về đường hô hấp
호흡기 질환	Bệnh về đường hô hấp
호흡기감염	Viêm đường hô hấp
호흡기계통 질환	Bệnh đường hô hấp
호흡기관	Cơ quan hô hấp
호흡보조장치	Máy trợ phổi (để thở)
혹	U, khối u
혼동하다	Hỗn độn, không phân biệt được
혼미해지다	Trở nên hôn mê
혼수	Hôn mê
혼수상태	Trạng thái hôn mê
혼수상태에 빠지다	Sa vào trạng thái hôn mê
혼절하다	Bất tỉnh
혼탁되다	Bị mờ, bị đục
혼합 영양	Dinh dưỡng hỗn hợp
혼합	Hỗn hợp
혼합결석	Sỏi hỗn hợp
홍반성	Nổi mụn
홍역	Sởi
홍역	Bệnh sởi
홍역바이러스	Virus sởi
화농	Mưng mủ, sinh mủ
화병	Bệnh do bực tức sinh ra
화상	Vết phỏng
화상을입다	Bị phỏng
화학	Hóa học
확보하다	Xác định chắc chắn
확산 속도	Tốc độ lây lan

확산 차단	Ngăn chặn lây lan
확산되다	Lây lan ra, lan tỏa ra
확실하다	Chắc chắn, chính xác
확실히 모르다	Không biết chính xác, chắc chắn được
확장기 혈압	Huyết áp tâm trương
확장을 하다	Làm cho rộng ra
확진 환자	Bệnh nhân được chuẩn đoán chắc chắn
환각제	Chất gây hoang tưởng, ma túy đá
환기	Thông gió
환기를 자주 하다	Thường xuyên làm thông thoáng khí
환자	Người bệnh, bệnh nhân
환자권리	Quyền lợi của người bệnh
환자와 접촉하다	Tiếp xúc với bệnh nhân
환자의 생명을 뺏다	Cướp mất sinh mạng bệnh nhân
환자의 증상	Triệu chứng của bệnh nhân
활동	Hoạt động
활동하면 없어진다	Khi vận động thì mất đi
황달	Vàng da
황달과 부종	Bệnh da vàng và sưng lên
황달병	Bệnh vàng da
회복	Hồi phục
회복 실	Phòng chờ hồi phục
회복기에 접어들다	Bước vào giai đoạn hồi phục
회복속도	Tốc độ phục hồi
회복의학과	Khoa y học phục hồi
회복훈련	Huấn luyện phục hồi
회진	Hội chẩn
회충	Giun đũa
회충약	Thuốc tẩy giun
후각	Khứu giác

후두	Thanh quản, yết hầu
후두암	Ung thư thanh quản
후두염	Viêm yết hầu
후방십자인대	Dây chằng chéo sau
후엽	Lá sau (gan)
후유증	Chứng bệnh về sau, di chứng
후천성	Sau khi sinh ra
후천성면역결핍증	Bệnh suy giảm miễn dịch mắc phải (AIDS)
훙조	Vết mẩn đỏ, ửng đỏ
휠체어	Xe lăn
휴교	Nghỉ học, đóng cửa trường
휴대하다	Mang theo
휴식하다	Nghỉ ngơi
휴지기	Thời kỳ nghỉ, không tăng trưởng của tế bào
흉강	Lồng ngực
흉강삽관술	Kỹ thuật đưa ống vào lồng ngực
흉골	Xương sườn, xương ức
흉곽	Lồng ngực
흉부	Phần ngực
흉터	Vết sẹo
흉통	Đau ngực
흐려지다	Trở nên mờ
흐린 시야, 시야가 흐리다	Hoa mắt, mờ mắt
흑사병	Dịch hạch
흔적	Vết sẹo
흡연	Hút thuốc
흡인을 하다	Hít vào
흡충	Sán lá
흥분제	Chất kích thích,
흥분하다	Hưng phấn

희귀한 병	Bệnh hiếm thấy, ít khi gặp
희귀한 암인 카포시 육종	U thịt Kaposi là một bệnh ung thư hiếm gặp
희석하다	Pha loãng
흰머리	Tóc bạc
힘줄	Gân
힘줄봉합술	Phẫu thuật nối gân, nối dây chằng

VIỆT – HÀN 베트남어– 한국어

A

Á phiện	아편
Ác mộng	악몽
Ác tính	악성
AIDS	후천성면역결핍증
Ám ảnh	공포증
Ám chỉ	암시하다
Âm hộ	음부
Âm tính	음성
Amoni	암모니움
Ăn đều các thứ	골고루 먹다
Ăn ít	소식
Ăn kén chọn	편식을 하다
Ăn kiêng	다이어트하다
Ăn mặn	짜게 먹다
Ăn nhạt	싱겁게 먹다
Ăn nhiều đạm	단백질의 섭취
Ăn nhiều	다식하다
Ăn quá no	과식하다
Ăn sáng	아침먹다
An toàn	안전하다
An ủi	달래다, 위로하다
Ăn	섭취하다, 먹다
Ánh mắt	눈매
Ánh nắng	햇별, 햇빛
Ảo tưởng	망상하다
Áp đặt	강박적, 강요하다

Áp lực tâm lý	심리적 부담, 압박감
Áp suất không khí	대기압
Áp suất thẩm thấu	삼투압
Áp xe	농양
Aspirin	아스피린
Ấu trùng	유충
Axit amin	아미노산
Axit béo	지방산
Axit dạ dày	위산
Axit lactic	젖산
Axit nitric	시트르산

B

Bác sĩ chuyên khoa nội	내과 전문의
Bác sĩ chuyên khoa tim mạch	심장병 전문 의사
Bác sĩ chuyên khoa	진료의사
Bác sĩ cố vấn	고문 의사
Bác sĩ đông y	한의사
Bác sĩ gây mê	마취과 의사
Bác sĩ khoa mắt	안과 의사
Bác sĩ khoa mắt	안과의사
Bác sĩ khoa nhi	소아과 의사
Bác sĩ khoa sản	산부인과 의사
Bác sĩ ngoại khoa chỉnh hình	정형외과의사
Bác sĩ ngoại khoa	외과 의사
Bác sĩ nha khoa	치과 의사
Bác sĩ nha khoa	치과의사
Bác sĩ nhãn khoa	안과의사
Bác sĩ nội khoa	내과 의사, 일반 진료의사
Bác sĩ phụ khoa	부인과 의사

Bác sĩ riêng	개인 의사
Bác sĩ tâm lý	정신과 의사
Bác sĩ thú y	수의사
Bác sĩ tư vấn	고문 의사
Bác sĩ vật lý trị liệu	치료 의사, 치료사
Bác sĩ y học dự phòng	예방의학의사
Bác sĩ y học phục hồi chức năng	재활의학과 의사
Bác sĩ	의사
Bạch cầu	백혈구
Bạch hầu	디프테리아
Bại liệt trẻ em	소아 마비
Bài tiết	배설
Bấm huyệt	지압
Bẩm sinh	선천성
Bầm tím	타박상
Bàn chân	발바닥
Ban đỏ	윤상 홍반
Bàn tay	손
Bán thân bất toại	반신불수
Bản thân	본인, 자기자신
Bẩn, không sạch	불결하다
Băng (băng bó)	압박붕대
Băng bó	붕대를 하다, 붕대를 감다
Băng cá nhân	반창고
Băng co dãn	압박붕대
Băng đàn hồi	탄력붕대
Băng dính,keo	스카치 테이프
Băng gạc	가제, 거즈 붕대
Bàng quang	방광
Bàng quang nhân tạo	인공 방광

Băng tam giác	삼각붕대
Băng tay	팔걸이 붕대
Băng vết thương	붕대
Băng y tế	반창고
Băng	테이핑
Bao cao su	콘돔
Bảo hiểm y tế	의료보험
Bão hòa	포화
Bảo quản nơi ấm áp	실온에 보관하다
Bao quy đầu	포경
Bào thai	태아
Bào tử ký sinh trùng	기생충포자
Bắp chân	종아리, 종아리뼈의
Bắp đùi sau	햄스트링
Bắp đùi	허벅지
Bắp tay	팔뚝
Bất an tinh thần	정서불안
Bất an, bất ổn	불안하다
Bất chấp, cho dù	불구하다
Bắt đầu	시작하다
Bất khả kháng	불가피하다
Bắt mạch	맥을 짚다, 진맥을 하다
Bất quy tắc	불규칙하다
Bất thường	이상이 있다, 비정상
Bất tỉnh	기절하다, 실신하다, 혼절하다
Bầu khí quyển	대기관
Bề mặt	표면
Bề ngoài trơn tru	표면이 매끈하다
Bề ngoài	겉모습
Bể vỡ	깨어지다

Bể, vỡ	파열하다
Bên cạnh	옆
Bên ngoài cơ thể	체외
Bên phải	오른쪽
Bên phải	우측
Bên trái	왼쪽, 좌측
Bệnh	병
Bệnh aids	에이즈
Bệnh Alzheimer	알츠하이머병
Bệnh bại liệt ở trẻ em	소아마비
Bệnh bẩm sinh	선천적 질환
Bệnh bò điên	광우병
Bệnh bụi phổi	진폐증
Bệnh chán ăn	거식증
Bệnh chó dại	광견병
Bệnh chóng mặt	어지럼증, 현훈증
Bệnh cùi, phong	나병
Bệnh đa xơ cứng	다발성 경화증
Bệnh dại	광견병
Bệnh đau mắt	눈병
Bệnh đau nửa đầu	편두통
Bệnh di truyền	유전성 질환
Bệnh dịch tả	콜레라
Bệnh dịch	돌림병, 역병, 유행병
Bệnh đột quỵ	뇌졸중
Bệnh Down	다운 증후군
Bệnh đường hô hấp	호흡기계통 질환
Bệnh đường ruột	위장질환
Bệnh giả vờ	꾀병
Bệnh giãn nở tĩnh mạch	정맥 확장증

Bệnh giang mai	매독
Bệnh gút	통풍
Bệnh hẹp van hai lá	승모판 협착증
Bệnh hẹp van tim	판막 협착증
Bệnh hiếm thấy	희귀한 병
Bệnh HIV	에이즈
Bệnh ho gà	백일해, 해수병
Bệnh hủi	나병
Bệnh khô nhãn cầu	안구 건조증
Bệnh không chữa được	불치병
Bệnh khuẩn	병균
Bệnh kiết lị	이질, 적리
Bệnh kín trong người	골병
Bệnh lẫn	노망
Bệnh lang trắng	백반증
Bệnh lạnh chân tay	냉수족증
Bệnh lao phổi	폐결핵
Bệnh lao	결핵
Bệnh lâu ngày	숙환, 지병
Bệnh lé, lác (mắt)	사시
Bệnh loãng xương	골다공증
Bệnh lý	병리
Bệnh mãn tính	만성질환, 숙환
Bệnh mất ngủ	심한 불면증
Bệnh mất ngủ	불면증
Bệnh mắt quáng gà	야맹증
Bệnh máu nhiễm mỡ cao	고지혈증
Bệnh máu trắng	백혈병
Bệnh nan y	난치병, 불치병
Bệnh nan y, bệnh khó trị	골병

Bệnh nặng	중병
Bệnh não	뇌질병
Bệnh ngoại ban	피진
Bệnh ngoài da	피부병
Bệnh người lớn	성인병
Bệnh nhân bị sốt	발열환자
Bệnh nhân cấp cứu	응급환자
Bệnh nhân có nghi ngờ	의심환자
Bệnh nhân động kinh	간질병 환자
Bệnh nhân mới	신규 환자
Bệnh nhân nặng	중환자
Bệnh nhân ngoại trú	외래환자
Bệnh nhân nhiễm	확진환자
Bệnh nhân trong nước	국내 환자
Bệnh nhân từ nước ngoài đến	국외 유입 환자
Bệnh nhồi máu cơ tim	심근경색증
Bệnh Parkinson	파킨슨병
Bệnh phổi	폐질환
Bệnh rụng tóc	탈모증
Bệnh sán lá gan nhỏ	간 디스토마
Bệnh sợ ánh sáng	광공포증
Bệnh sợ độ cao	고소공포증
Bệnh sợ khoảng rộng	광장공포증
Bệnh sợ nước	공수병
Bệnh sỏi thận	신장결석
Bệnh sởi	홍역
Bệnh sốt rét typhus	열병인 장티부스
Bệnh sốt rét	열사병
Bệnh suy thận	신부전증
Bệnh tai	귓병

Bệnh tâm thần phân liệt	정신분열증
Bệnh tâm thần	정신병
Bệnh tăng nhãn áp	녹내장
Bệnh táo bón	변비
Bệnh tật	질환, 질병
Bệnh tay chân miệng	수족구병
Bệnh thận đa nang	다낭포신
Bệnh thần kinh	정신병
Bệnh thận suy	신장 기능 장애
Bệnh thận	신장 질환
Bệnh thương hàn	열사병
Bệnh thủy đậu	수두
Bệnh tiểu buốt	요도염
Bệnh tiểu đường	당뇨병
Bệnh tiểu nhiều	다뇨증
Bệnh tình dục	성병
Bệnh trầm cảm	우울증
Bệnh trạng nghiêm trọng	중태
Bệnh trĩ nội	내치핵
Bệnh trĩ	치질
Bệnh truyền nhiễm	전염병, 돌림병, 역병, 유행병
Bệnh tự kỷ	자폐증
Bệnh tương tư	상사병
Bệnh tuyến giáp trạng	갑상선질환
Bệnh u máu	혈관종
Bệnh uốn ván	파상풍
Bệnh vàng da	황달병
Bệnh vặt	잔병, 잔병치레
Bệnh vảy nến	건선
Bệnh về cơ bắp	근육질환

Bệnh về cột sống cổ	경추질환
Bệnh về da	피부 질환
Bệnh về đường hô hấp	호흡기 질환
Bệnh về mắt	눈병
Bệnh về não	뇌질병
Bệnh về tai	귓병
Bệnh viêm loét ruột	대장궤양
Bệnh viêm loét	궤양
Bệnh viêm xoang	축농증
Bệnh viện cấp cứu	응급병원
Bệnh viện chỉ định	지정병원
Bệnh viện đa khoa	종합병원
Bệnh viện tâm thần	정신과 병원
Bệnh viện tâm thần	정신병원
Bệnh viện tổng hợp	종합병원
Bệnh viện tư nhân	개인병원
Bệnh viện	병원
Bệnh vô sinh (ở phụ nữ)	불임증
Bệnh yếu sinh lý	성기능 저하증
Béo phì	비만, 비만증
Bí (tiểu, đại tiện)	지리다
Bị bỏng	화상을 입다
Bị cắn	교상을 입다
Bị cắn	물리다
Bị chấn thương	다치다, 부상하다
Bị chìm xuống, lọt xuống	함몰되다
Bị dao đâm	칼에 찔리다
Bị dị tật	장애가 있다
Bị lây nhiễm	전염되다
Bị lé	사시

Bị mờ, bị đục	혼탁되다
Bị phá hủy	파괴되다
Bị phỏng	화상을 입다
Bị phù nề	부종이 있다
Bị tắc	막히다, 경색되다
Bị tai nạn	사고를 당하다
Bị thủng lỗ	구멍이 생기다
Bị thương nặng	중상
Bị thương	부상당하다
Bị tiêu chảy	설사하다
Bị xoắn lại	비비꼬이다
Bí, buồn	마렵다
Biến chứng	합병증
Biến chứng thành xơ gan	간경변증
Biến chứng	변증
Biến dạng	변형되다
Biến động	변동
Biến hóa	변화
Biến thể của virut	바이러스 변이
Biến thể	변종
Biếng ăn	거식증
Biểu bì	표피
Bỉm, tả lót	기저귀
Bình sữa	우유병
Bình thường	정상
Bình tĩnh	침착하다
Bịt ống quyển	무릎보호대
Bịt ống quyển, rờ-te	보호대
Bó bột	깁스를 하다
Bộ kim tiêm	주사기

Bộ kit chẩn đoán	진단키트
Bộ phận	부분
Bộ phận dinh dưỡng	영양팀
Bộ phận y tế, đội ngũ y tế	의료진
Bộ tản nhiệt	라디에이터
Bộ thuốc cấp cứu	응급용 약품 세트, 구급상자
Bò, trườn	기어 다니다
Bốc thuốc	약을 짓다
Bôi trơn	윤활하다
Bơm	펌프
Bỏng lạnh	동상
Bỏng	화상
Bóp, gồng	쥐어짜기
Bột gạo	쌀가루
Bớt, thuyên giảm	완화되다
Bọt,bong bóng	거품,기포
Bú, mút	빨다
Bụng	배
Bụng dưới	아랫배
Bùng phát	발발하다
Bùng phát	발작하다
Bụng phệ	똥배
Bụng trên	상복부, 윗배
Bước vào giai đoạn hồi phục	회복기에 접어들다
Buổi sáng	오전
Buồn nôn	메스껍다
Buồng tâm thất phải	우심방
Buồng trứng	난소
Bướu	종, 종양

C

Cá nhân	개인
Các bệnh về tim mạch	순환기 질환
Các triệu chứng về đường hô hấp	호흡기 증상
Cách điều trị	투약방법
Cách ly trong hai tuần	2주동안 격리
Cách sử dụng	용법
Cách thế hệ	격세
Cách uống thuốc	복용방법
Cái chết nhân đạo	안락사
Cái gắp, cái nhíp	핀셋, 쪽 집게
Cái nạng	목발
Cai rượu, bỏ rượu	금주하다
Cai sữa	이유, 젖떼다
Calory	칼로리
Cảm cúm	감기
Cấm dục	금욕
Cảm giác	감각
Cảm giác bị áp lực	중압감
Cảm giác bị ràng buộc	구속감
Cảm giác đau	통각
Cảm giác trống vắng	허무감
Cảm hàn	오한
Cấm hút thuốc	금연하다
Cầm máu	지혈
Cảm nắng	일사병
Cấm rượu	금주
Cảm thấy	느끼다
Cảm thấy mệt mỏi	피로감
Cảm thấy tê	저림감

Cảm xúc	감정
Câm	벙어리
Cằm	턱
Cắn (vết)	교상
Cạn kiệt thành phần sắt	철분의 고갈
Cân nặng	체중
Cần sa	마리화나
Cận thị	근시
Cẳng chân	정강이
Căng cơ	스트레칭
Căng cơ	알이 배다
Căng cứng (bắp đùi)	긴장
Căng cứng	경직
Căng thẳng quá mức.	과도긴장
Căng thẳng	긴장
Cảnh báo về tình trạng khẩn cấp	비상사태 발령
Cảnh giới	경계하다
Cánh mũi	콧날
Cánh tay	팔
Canh tổng hợp	잡탕
Canxi	칼슘
Cao dán	파스
Cạo đầu	삭발하다
Cao huyết áp	고혈압
Cao phân tử	고분자
Cao tuổi	고령
Cấp bách	시급하다
Cấp cứu	구급
Cấp tính	급성
Cắt bỏ	절제술

Cầu khuẩn	임균
Cấu tạo	구성, 구조
Cầu thận	사구체
Cấu trúc di truyền	유전자 구조
Cấy ghép	이식
Chà, xát, xoa bóp	문지르다
Châm	찌르다
Châm (lửa)	불을 붙이다
Châm cứu	침
Châm cứu	침을 맞다, 침술
Chân bẹt	넓적다리
Chán chường	권태
Chẩn đoán	진찰하다, 진단하다
Chẩn đoán huyết thanh	혈청진단
Chẩn đoán sai	오진 하다
Chân gỗ, nạng gỗ	목발
Chân răng	이뿌리, 치근
Chân tay, các chi	사지
Chấn thương	진탕, 파손
Chấn thương bắp đùi sau	햄스트링 부상
Chấn thương đầu gối	무릎부상
Chấn thương dây chằng	인대손상
Chấn thương do va chạm	타박상, 좌상
Chấn thương nhỏ, chấn thương vặt	잔 부상
Chấn thương sọ não	뇌진탕
Chấn thương vai	어깨부상
Chấn thương, vết thương	부상, 외상
Chân vòng kiềng	안짱다리
Chân	다리, 발
Cháo tổng hợp	잡탕

Chập chờn	선잠
Chấp nhận, hấp thụ	수용하다
Chất bài tiết (phân)	배설물
Chất béo	지방분
Chất cản quang	조영제
Chất chống lại, thuốc chống	차단제
Chất đạm	단백질
Chất đạm thực vật	식물성 단백질
Chất điện giải	전해질
Chất dinh dưỡng	영양제
Chất độc màu da cam	고엽제
Chất độc	독극물
Chất đường	당
Chất gây tê	마취제
Chất giảm đau morphin	모르핀
Chật hẹp	좁다
Chất hóa học gây ung thư	발암성 화학물질
Chất hóa học hữu cơ	유기화학물질
Chất hoà tan	용질
Chất hữu cơ	유기질
Chất iodin	요오드
Chất kháng sinh	항생 물질, 항생제
Chất khoáng	광물질
Chất khử trùng có cồn	알코올 (함유) 손소독제
Chất kích thích	촉진제, 흥분제
Chất lượng nguồn nước	수질
Chất nhuộm màu	착색제
Chất thải	노폐물
Chất vô cơ	무기질
Chất xơ	섬유질

Chất xúc tác	촉진제
Chạy bộ	조깅
Chảy máu	출혈
Chảy mồ hôi	땀을 흘리다
Chảy mủ	고름이 나오다, 농루
Chảy ngược lại	역류
Chạy nhảy	뛰다
Chạy	달리기
Chế tạo	조제하다
Chênh lệch áp suất	압력차
Chênh lệch về nhiệt độ	기온차이
Chết cóng, chết rét	동사하다
Chết đuối	익사
Chết già	자연사하다
Chết não	뇌사
Chỉ một lần	단번
Chỉ số gauge	게이지
Chỉ số huyết sắc tố	혈색소치
Chỉ số mạch (nhịp tim)	맥박수
Chỉ số sinh hóa	생화학적 지표
Chỉ số sức khỏe	건강수준 지표
Chỉ số thông minh	아이큐, 지능지수
Chỉ số trung bình	정상치
Chi tiết	정밀
Chì	납
Chiều cao cơ thể	키, 신장
Chín tái	반숙하다, 설익다
Chỉnh hình	성형
Chính sách bồi thường đặc biệt	특별보상정책
Chịu đựng	참다

Cho bú	수유
Cho cách ly	격리시키다
Cho đến khi đầy 5 tuổi	만 5 세까지
Chợ gia súc	축시장
Chợ hải sản	수산물 시장
Chỗ sưng bướu	돌기
Chọc hút	천자흡
Cholesterol	콜레스테롤
Chống co giật	진경제
Chóng mặt	어지럽다, 어지러움, 현기증
Chống viêm	항염
Chột mắt	애꾸눈
Chú ý, tập trung	주의하다
Chủ yếu	주로
Chữa bệnh	병을 고치다, 치유하다
Chữa khỏi	완전치유, 완치, 전치
Chữa khỏi hoàn toàn	완치
Chữa sớm	조기치료
Chữa tận gốc	근치치료
Chức năng thận	신장 기능
Chức năng	기능
Chứng co thắt	협착증
Chứng đái dầm	야뇨증
Chứng đau thắt ngực	협심증
Chứng giãn phế quản	기관지 확장증
Chứng hoang tưởng	과대망상증
Chứng khô nhãn cầu	안구 건조증
Chứng loét sinh mủ, bệnh chốc lở	농가진
Chứng mẫn cảm	과민증
Chứng mất ngủ	불면증

Chứng nhồi máu cơ tim	심근경색증
Chứng nhồi máu	경색증
Chứng ợ nóng	가슴앓이
Chứng sợ ánh sáng	광공포증
Chứng suy thận cấp tính	급성 신부전증
Chứng tiểu nhiều	다뇨증
Chườm (nóng, lạnh)	찜질하다
Chườm đá	얼음을 붙이다
Chườm lạnh	냉찜하다
Chườm nóng	찜질
Chườm nước nóng	온수찜질
Chuột rút	쥐가 나다
Chụp cắt lớp	단층촬영
Chụp CT	CT 촬영
Chụp MRI	MRI 찍다, 촬영
Chụp X - quang	엑스레이 찍다
Chuyên gia tâm lý	심리가
Chuyên gia tâm lý	심리전문가
Cổ	목
Cơ bắp mệt mỏi	근육피로
Cơ bắp thân trên	상체근육
Cơ bắp	근력, 근육
Cơ bụng	복근
Cổ chân	발목, 족관절
Co cơ, căng cơ	근육이 뭉치다
Co cơ, co giật	근육수축
Cô đặc	농축하다
Co giật	경련하다, 발작하다
Co giật	경련
Co hẹp	협착하다

Cổ họng	숨구멍, 목구멍
Có ích	유용하다
Cơ liên sườn, cơ gian sườn	늑간근육
Cơ màng trong	내측부인대
Có nhiều mỡ	고지방
Cơ quan hô hấp	호흡기관
Cơ quan sinh dục	성기
Cơ quan tiết niệu	비뇨기
Cơ quan tiêu hóa	소화기
Cơ quan y tế	보건기구, 의료기관
Co rút	수축하다
Cổ tay	손목
Có thai	임신하다
Co thắt	수축하다, 위축하다
Co thắt cơ bắp	근육의 수축
Co thắt cơ bắp	연축, 경축
Cơ thể mẹ	모체
Cơ thể người	인체
Cơ thể	몸, 육체, 몸집
Có tính lây nhiễm	전염성
Có tính nguy hiểm chết người	치명적이다
Có triệu chứng lạ	이상증상 있다
Cơ trơn	평활근
Có tư duy tích cực	긍정적 사고를 가지다
Cơ vòng	조임근
Cổ	고개
Cocain	코카인
Cồn	알코올
Con dao	칼
Cơn đau	통증, 고통

Cơn đau buốt, sự nhức nhối	동통
Cơn đau khi sinh đẻ	산통, 출산통
Con đầu lòng	첫 아이
Cơn đau, đau	통증
Con đường lây nhiễm	전염경로
Con đường truyền nhiễm	전파경로
Cơn ho	기침
Cồn khử trùng	알코올 소독
Con ngươi	눈동자
Con người	인간
Cơn ớn lạnh	오한
Con sán	촌충
Côn trùng	곤충
Công tác phòng dịch	방역 작업
Công ty dược	제약회사
Còng xuống	구부러져 있다
Cột sống	척추
Cột thủy ngân	수은주
Cử động	움직이다
Cựa	골극
Cục bộ	국소
Cùi tay	팔꿈치
Cúm	감기, 독감
Cúm	인플루엔자
Cúm gia cầm	조류독감
Cung cấp	공급, 제공하다
Cứng cổ, cứng gáy	경부간직
Cùng loại	동종
Cứng, đơ, khó cử động	뻣뻣하다
Cuộc đời	평생

Cuộc sống	생활
Cuối cùng	최종
Cương cứng	발기
Cuống phổi	기관지, 폐첨
Cứt mũi	코딱지

D

Da đầu	두피
Dạ dày	밥통, 위
Đa số, đại bộ phận	대부분
Đá	돌, 결석
Da	피부
Đặc biệt	특수
Đặc điểm lâm sàng	임상적 특징
Đặc thù	특수
Đặc, đậm	진하다
Đai cố định	압박대
Đại não, não lớn	대뇌
Đái nhắt	요실금, 잔뇨
Đại phân tử	고분자
Dái tai	귓볼
Đại tiện ra máu, tiện huyết	혈변
Đại tiện	대변
Đại tràng	대장
Dài	길다
Đảm bảo	확보하다
Dãn (dây chằng)	늘어난다
Dẫn đến	초래하다
Dãn nở	산대
Đàn ông vô sinh	고자

Dãn phế quản	기관지 확장증
Đãng trí	치매
Đánh rắm	방귀
Đánh răng	양치질을 하다
Danh sánh đội	팀 명단
Dao điện	전기칼
Dao gamma	감마 나이프
Đập thình thịch	두근거리다
Dập, va chạm	타박
Đặt nằm nghiêng	엎드려 재우다
Đặt trước (lịch khám)	예약하다
Đậu (các loại nói chung)	콩
Đau âm ỉ	둔통
Đau bả vai	견비통
Dầu bôi trơn	윤활유
Đau bụng cấp tính	급성 복통
Đau bụng kinh nguyệt	생리통
Đau bụng	복통
Đau cơ bắp	근육통
Đầu cơ tích trữ	매점매석
Đau dạ dày	위통
Đau đầu do thần kinh	신경성 두통
Đau đầu mãn tính	만성적 두통
Đau đầu	두통, 편두통
Đau dây thần kinh	신경통
Đau đường tiết niệu	요통
Đầu dương vật	귀두
Đầu gối	무릎
Dấu hiệu mệt mỏi	피곤 기색
Dấu hiệu nguy hiểm	적신호, 위험 신호

Đau khớp xương	관절통
Dầu lên men	발효유
Đau lưng	허리 통증, 요통
Đậu mùa	천연두
Đầu não	두뇌
Đau ngực	흉통
Đau nhãn cầu	안구진통
Dầu nhờn	윤활유
Đau như búa bổ	뻐개지듯 아프다
Đau nhức	동통, 쑤시다
Đau niệu đạo	배뇨통
Đau nửa đầu	편두통
Đầu óc, bộ não	두뇌
Đau răng	치통, 이앓이
Đau thần kinh	신경통
Đầu tiên	최초
Đau tim	심장병
Đầu to	대두
Dấu vân tay	지문
Đau vùng bụng	복부 통증
Đau	아프다
Đầu, tóc	머리
Dây chằng chéo sau	후방십자인대
Dây chằng chéo	십자 인대
Dây chằng trong	내측인대
Dây chằng	인대
Dày lên	두껍다
Dây thần kinh giao cảm	교감신경
Dây thần kinh liên sườn	늑간신경
Dày	굵다

Dễ bị tổn thương	취약계층
Đẻ non	조산
Dễ phát hiện ra	발견이 쉬워지다
Đề phòng sự biến dạng	변형방지
Đẻ, sinh	분만하다
Đeo khẩu trang	마스크를 착용하다
Đều	골고루
Đều, đồng đều	균일하다
Đi bộ nhẹ nhàng	가벼운 산보
Di căn	전이
Di căn muộn	늦은 전이
Di chứng	후유증
Đi cùng	동반하다
Dị hình	기형
Đi khập khiễng	절뚝거리다
Dị tật	기형아
Đi tiểu, đại tiện	배변
Di truyền, bẩm sinh	유전
Dị ứng da	피부 발진
Dị ứng phấn hoa	꽃가루 알레르기
Dị ứng sữa	우유 알레르기
Dị ứng	알레르기
Đi vào thời kỳ hồi phục	회복기에 접어들다
Dị vật	이물
Dị vật, tạp chất	이물질
Đĩa đệm bị thoái hoá	퇴행성 추간판 질환
Địa điểm công cộng	공공장소
Dịch axit dạ dày	위산
Dịch bệnh	유행병
Dịch cô đặc	농축액

Dịch cúm	인플루엔자
Dịch hạch	흑사병, 페스트
Dịch màng ngực	늑막액
Dịch mật	담즙
Dịch tả	콜레라
Dịch tễ học	역학
Điếc	귀먹음
Điếc, lãng tai	난청
Điện đồ	전도
Điện tâm đồ gắng sức	운동부하 심전도
Điện tâm đồ	심전도, 심전파
Điện	전기
Điều cấm kỵ	금기사항
Điều chế thuốc	조제하다
Điều tra bệnh học về truyền nhiễm	전염병학 조사
Điều trị cách ly	격리치료
Điều trị phục hồi chức năng	재활치료
Điều trị thay thế	대체치료
Điều trị vật lý trị liệu	물리치료
Điều trị, chữa bệnh	치료
Dinh dưỡng hỗn hợp	혼합 영양
Dinh dưỡng thiếu	결핍영양
Dinh dưỡng	영양
Định kỳ	정기
Dính ruột	장유착
Dính vào nhau	유착하다, 유착되다, 맞붙다
Dịu	완화되다
Độ bão hòa	포화도
Độ bão hòa oxy	산소포화도
Dỡ bỏ giám sát	능동감시 해제

Độ C	섭씨
Độ dày của vách ngăn	벽 두께
Đồ dùng hàng ngày	일용회 필수품
Đo huyết áp	혈압을 재다
Độ lớn của vết loét	궤양의 크기
Đo nhiệt độ cơ thể	체온을 측정하다
Đo nhiệt độ thông qua camera hình ảnh nhiệt	열화상 카메라를 통한 체온 측정
Do sơ suất	실수로 인하여
Đồ thị, sơ đồ	그래프
Độ to, mức độ lớn	크기
Đỏ tươi	선홍색
Đoản thọ	단명
Đoản thọ	단수
Đoán	침착하다
Độc tính gan	간독성
Độc tố đường ruột	장독소
Độc tố	독소
Dơi	박쥐
Đội bóng	팀
Đôi chân đẹp	각선미
Đội hình thi đấu	라인업, 선수구성
Đội ngũ nghiên cứu trong nước	국내 연구진
Đội ngũ y tế	의료진
Đối sách dự phòng	예방책
Đờm	담, 가래
Đơn thuốc	처방
Đóng cửa nơi tham quan du lịch	관광지 폐쇄
Đông đặc	응고하다
Dòng hải lưu nóng	난류
Đồng hồ sinh học	생체시계

Động kinh	간질
Đông lạnh	냉동하다
Đồng lứa, cùng bầy	또래
Động mạch chủ	대동맥
Động mạch đùi	대퇴동맥
Động mạch gan	간동맥
Động mạch não	뇌동맥
Động mạch vành	관상동맥
Động mạch	동맥
Đồng nhất hóa	동일화
Đông phương	동양
Đồng tính luyến ái	동성연애
Động tới, chạm tới	닿다
Đồng tử, con ngươi	눈알, 눈동자
Đồng vị phóng xạ	방사성동위원소
Đông y (thuốc bắc)	한약, 동의
Đồng	구리
Đọng, tích lại	고이다
Đọng, tích lại	저류되다
Đột biến gien	돌연변
Đột biến thể của virut	바이러스 돌연변이
Đốt cháy	소각법
Đột phát, đột xuất	돌발성
Đột quy	중풍, 뇌졸중
Đốt sống lưng	허리뼈
Đột tử	돌연사
Dữ liệu lâm sàng	임상 데이터
Đưa vào, lồng vào	삽입하다, 주입하다
Đục tinh thể	녹내장, 백내장
Dụi mắt	눈을 비비다

Đùi non (bẹn)	가랑이
Đùi	대퇴부
Đùi, xương đùi	대퇴골
Đun luộc bình sữa	우유병을 끊다
Dùng bên ngoài	외용
Dùng chung	병용하다, 혼용하다
Dụng cụ y tế	의료기구
Dùng để tiêm	주사용
Dùng để uống	경구용
Dung dịch, chất nhầy	점액
Dung hợp	융합되다
Dung môi	용해제
Dùng nhất thời	일시적으로 사용하다
Dùng sai thuốc	오용하다
Dùng tay áo che miệng khi ho	기침할 땐 옷소매로 입을 가리다
Dung tích phổi	폐활량
Dừng vận hành các tuyến xe buýt đường dài	장거리 버스 운행 중단
Được chữa trị	치료를 받다
Được điều trị khỏi hoàn toàn	완치되다
Được kiểm tra	검사를 받다
Dược phẩm	약품, 약제, 의약품
Được phát hiện ra	발견되다
Dược sĩ	약사
Dược thảo	약초
Được thụ tinh	수정되다
Được tiến hành	진행되다
Được xem là, được cho là	간주되다
Đuôi mắt	눈꼬리
Đuôi	꼬리
Duỗi	펴다

Đường chỉ tay	손금
Đường chuyển tải	전도로
Đường glucose (C6H12O6)	포도당
Đường huyết	혈당
Đường miệng	경구, 경구용
Đường ngọt	설탕
Đường tiết niệu	요로
Dương tính	양성
Đường truyền	전도로
Dương vật	음경
Đứt gãy	파열되다
Đứt gót chân	건 파열
Duy trì sức khỏe	컨디션을 유지하다
Duy trì	유지하다

G

Gai cột sống	디스크
Gai ốc	소름
Gai	가시
Gãi	긁다
Gân Achilles	아킬레스건
Gân kheo	햄스트링
Gan nhiễm mỡ	지방간
Gan	간
Gân, dây gân	건, 힘줄
Găng tay dùng một lần	일회용 장갑
Gấp khúc	굴곡
Gập vào trong	안으로 구부러져 있다
Gas, hơi	가스
Gàu trên đầu	비듬

Gây co giật	경련을 일으키다
Gầy đi	살이 빠지다
Gây mê, gây tê	마취
Gây ra	일으키다
Gây ra, dẫn đến	초래하다
Gây ra, sinh ra (bệnh tật)	유발시키다
Gây tê cục bộ	국소마취, 부분마취
Gây tê toàn thân	전신마취
Gây tổn thương	손상을 가하다
Gây viêm nhiễm	염증을 유발하다
Gãy xương hở	개방성 골절
Gãy xương	골절, 뼈가 부러지다
Gáy	목덜미
Gen di truyền	유전자
Ghẻ, cái ghẻ	옴
Ghèn mắt	눈곱, 다래끼
Ghét, đất	때
Giả bệnh	꾀병
Giá cắt cổ	바가지 가격
Giá trị dinh dưỡng	영양가치
Già, cũ	늙다
Giác hơi	뜸
Giác mạc	각막
Giấc mơ đẹp	길몽
Giấc mơ	꿈
Giấc mộng có thai	태몽
Giấc ngủ	수면, 잠
Giấc ngủ trằn trọc	선잠
Giác nóng, giác thuốc	뜸
Giai đoạn 1	1 단계, 제 1 기

Giai đoạn cuối	말기
Giải độc	해독
Giảm cân	체중감소
Giảm đau	진통
Giám sát nhiệt độ cơ thể	체온 모니터링
Giám sát y tế	능동감시
Giảm trí nhớ	지능저하
Giảm trọng lượng cơ thể	체중감소
Giảm vận hành xe buýt nội thành	시내버스 운행 축소
Giảm xuống, giảm thiểu	감소하다
Giảm	감퇴하다
Giảm, che giấu (thông tin)	축소, 은폐 (보도)
Giãn nở	풀어지다
Gián tiếp	간접
Giang mai	임질, 매독
Giao cấu, tình dục	성교
Giập xương	뼈 타박
Giật cơ	근경련
Giới hạn dưới	하한선
Giới hạn trên	상한선
Giọng khàn	쉰 목소리
Giống như sứt môi	구순구개열
Giọng nói	목소리
Giọt (chất lỏng, sữa)	방울
Giữ vệ sinh sạch	청결히 지키다
Giun đũa	회충
Giun móc	구충
Giường bệnh	병상
Glycoprotein	당단백질
Glycoprotein	글리코프로테인

Gồ ghề, sần sùi	거칠다
Gỗ	나무
Gờ, mép, vùng ven	가장자리
Góc nghiêng	경사도
Gót chân	발 뒤꿈치
Gout (gút)	통풍

H

Hạch bạch huyết	림프
Hai chi sau	양측하지
Hai lớp	두겹
Hai mắt	양안
Hai tâm thất	심실
Ham muốn ăn uống	식욕
Ham muốn tình dục	성욕
Hạn chế	삼가하다, 억제하다
Hạn chế đi du lịch	여행을 자제하다
Hạn chế người dân di chuyển	인구 이동 통제
Hạn chế ra ngoài	외출 자제
Hạn chế tiếp xúc	접촉을 삼가다
Hàng tiêu dùng sử dụng 1 lần	일회용품
Hang	동강
Háng	사타구니
Hành tuỷ, đầu não	숨골
Hao mòn, tiêu hao	소모하다
Hấp thụ oxy	산소섭취
Hấp thụ	흡인을 하다
Hắt xì hơi	재채기
Hậu môn	항문, 똥구멍
Hệ hô hấp	호흡계통

Hệ hô hấp	호흡기
Hệ thần kinh	신경계, 신경계통
Hệ thống tiêu hóa	소화기 계통, 소화기계
Hệ tiền đình	전정계
Hệ tim mạch	순환기 계통
Hệ tuần hoàn	순환계
Hệ xương, khung xương	골격계
Hen suyễn	천식
Hẹp	협착, 협착증
Hẹp niệu đạo	요도 협착
Heroin, ma túy	헤로인
Hiếm, ít	드물다
Hiến máu	헌혈
Hiệu quả thuốc	약효
Hiệu thuốc	약국
Hiệu thuốc	약국, 약방
Hình dáng cơ thể	몸통
Hình phạt cao nhất	최고형
Hình thành	형성
Hình thể	유체, 골격
Hình tròn	원형
Hít thở sâu vào	심호흡
Hít vào	흡인을 하다
Ho gà	백일해
Hô hấp nhân tạo	인공호흡
Hô hấp	호흡
Ho khan	마른 기침
Hở môi	구순열, 구개열
Ho ra máu	각혈을 하다, 토혈, 패혈증
Hỗ trợ về y tế	의료지원

Ho vặt	헛기침
Ho	기침, 기침하다
Hoá học	화학
Hoa liễu	성병
Hoa mắt, mờ mắt	시야가 흐리다, 흐린 시야
Hoa quả	과일, 과일류
Hoại tử	괴저, 괴사, 세포가 죽다
Hoàn cảnh, môi trường xã hội	사회환경
Hoãn thời gian đi học	개학 연기
Hoàn toàn	완전하다
Hoạt động	활동
Hội chẩn	회진
Hội chứng	증후군
Hội chứng Down	다운증후군
Hội chứng hô hấp cấp tính	중증급성호흡증후군
Hội chứng khó thở cấp tính (ARDS)	급성호흡곤란증후군
Hội chứng kiệt sức	소진증후군, 탈증후군
Hội chứng lâm sàng	임상증후군
Hói đầu	대머리
Hơi nóng, sức nóng	열
Hồi phục sự tự tin	자신감 회복
Hồi phục trạng thái ban đầu	원상회복시키다
Hồi phục	회복하다
Hơi thở	숨, 기좌호흡
Hòn dái	불알, 고환
Hỗn độn	혼동하다
Hỗn hợp	혼합
Hôn mê	혼수
Hồng cầu	적혈구
Họng, miệng	구인두, 목구멍

Hông, sườn	옆구리
Hộp cứu hộ	응급용 약품 세트, 구급상자
Hormone nam	남성호르몬
Hormone tăng trưởng	성장 호르몬
Hormone tuyến giáp	갑상선 호르몬
Hormone, estrogen	호르몬, 에스토로건
Huấn luyện phục hồi	회복훈련
Hưng phấn	흥분하다
Hút mủ ra	배농하다
Hút thuốc	흡연
Hút	흡입하다
Hữu dụng	유효
Huyết áp tâm thu	수축기압
Huyết áp tâm trương	확장기 혈압
Huyết áp thấp	저혈압
Huyết áp	혈압
Huyệt đạo	경혈
Huyết mạch	핏줄
Huyết quản	혈관
Huyết thanh	혈청
Huyết thống	핏줄
Huyệt	급소
Huyết, máu	혈액, 혈

I

Insulin	인슐린
Iot	옥소
Ít nhất	최소

K

Kali	칼륨
Kẽm	아연
Kén ăn	가려 먹다, 식욕부진
Kén ăn	편식을 하다
Kẹp	집다
Kết hôn	결혼하다
Kết hôn cận huyết	근친결혼
Kết mạc	결막
Kết quả	결과
Kết tràng	결장
Khả năng cấu tạo	조직력
Khả năng lan truyền	전파력
Khả năng nghe	청력
Khả năng tình dục	정력
Khắc phục	극복하다
Khác thường	이상하다
Khạc, nhổ ra	내뱉다
Khách du lịch	관광객
Khai báo	신고하다
Khám bệnh	진찰하다
Khám lâm sàng	임상검사
Khám nghiệm tử thi	부검
Khám ngoại trú	왕진
Khám	진찰하다
Khản (giọng)	목이 쉬다
Khẩn cấp	응급치료상자
Khản giọng	쉬다
Khăn khử trùng	소독솜
Khăn ướt	물걸레

Kháng nguyên	항원
Kháng sinh	항생 물질
Kháng thể	항체
Khát	갈증
Khẩu trang y tế	의료용 마스크
Khí cacbon đioxit (CO2)	탄산가스
Khí hư, huyết trắng	대하
Khí oxy	산소
Khí quản	기관
Khí quản	기관지, 기도
Khó (thở, nuốt)	곤란하다
Khó ăn uống	섭식장애
Khó chịu	거북하다, 답답하다
Khó chịu vùng ngực	가슴이 답답하다
Khó chữa khỏi	완치가 힘들다
Khô miệng	입이 마르다
Khó thở	호흡곤란
Khó tiêu	소화불량
Khó tiêu, đầy bụng	체하다
Khoa dược	약제과
Khoa mắt	안과
Khoa nhi	소아과
Khoa phụ sản	부인과, 산부인과
Khoa răng hàm	구강외과
Khoa tai mũi họng	이비인후과
Khoa thần kinh	신경과, 정신과
Khoa tiết niệu	비뇨기과
Khoa tim	심료내관
Khoa y học phục hồi	회복의학과
Khoảng giữa	사이

Khoảng giữa	새중간
Khoang miệng, vòm miệng	구강
Khoảng, chừng	약, 정도
Khoang, ổ	공동, 강
Khóc và quấy rầy	보채고 울다
Khỏe mạnh	건강하다
Khoé miệng	입꼬리
Khỏi bệnh	낫다
Khôi phục lại	복귀하다
Khối trĩ	치핵
Khối trĩ bên ngoài	외치핵
Khối u	종괴, 종양
Khối u buồng trứng	난소의 종양
Khối u dương tính	양성 종양
Khối u não	뇌종양
Khối, tảng, cục	덩어리
Không bình thường	비정상
Không có kinh nguyệt	무월경
Không có liên quan gì	상관없다, 무관하다
Không có năng lực	무능력
Không có triệu chứng gì	무증상
Không đau	무통성
Không điều độ	불규칙하다
Không được như ý	여의치 않다
Không gây ra biến chứng	합병증을 일으키지 않다
Không hạn định	무한정
Không khí	공기
Không rõ nguyên nhân	원인미상
Không sao, không vấn đề	무방하다
Không sờ thấy	만져지지 않다

Không thể phân biệt	가리지 못하다
Không thể tránh	불가피하다
Khớp chân	족관절
Khớp giữa của ngón tay	근위지절
Khớp gối	무릎관절, 슬관절
Khớp gối	오금
Khớp háng	고관절
Khớp khuỷu tay	주관절
Khớp khuỷu tay	팔꿈치 관절
Khớp ngón tay	손가락 관절, 수지관절
Khớp vai	견관절, 어깨 관절
Khớp xương chậu	골절 관절
Khớp xương	골절, 관절
Khử trùng	소독
Khử trùng tay	손 소독
Khử trùng	소독하다
Khu vực phát sinh bệnh truyền nhiễm	전염병 발생 지역
Khuẩn cầu	구균
Khuẩn cúm gia cầm	인플루엔자균
Khuẩn đại tràng	대장균
Khuẩn gan	간균
Khuẩn giang mai	임질균
Khuẩn hình cầu	구균
Khung xương chậu	골반
Khung xương, bộ xương	골격
Khứu giác	후각
Khuyến cáo	권장하다
Khuyến cáo ở trong nhà	실내에 머무르도록 권고하다
Khuyến khích	권장하다
Khuỷu tay	팔꿈치

Kích thích	자극하다
Kích thước	키기
Kiềm chế	삼가하다, 억제하다
Kiểm dịch	검역
Kiểm tra chi tiết	정밀검사
Kiểm tra đáy mắt	눈의 안저검사
Kiểm tra điện tâm đồ	심전도검사
Kiểm tra đờm	객담검사
Kiểm tra doping	도핑 테스트
Kiểm tra kỹ chức năng gan	간기능검사
Kiểm tra lại	재검하다
Kiểm tra máu lấy ra	천자검사
Kiểm tra máu	혈액검사
Kiểm tra MRI	MRI 검사
Kiểm tra nhiệt độ	온도검사
Kiểm tra nội soi	내시경 검사
Kiểm tra nước ối	양수검사
Kiểm tra nước tiểu	소변검사
Kiểm tra sinh thiết tổ chức	조직생검
Kiểm tra sức khỏe	건강진단검사, 검진하다
Kiểm tra thăm dò	탐색검사
Kiểm tra thể lực	체력 측정, 시력 검사
Kiểm tra tủy sống	골수검사
Kiểm tra X-Ray	X-레이 검사
Kiểm tra	검사하다
Kiểm tra,khám lâm sàng	임상검사
Kiên cố, bền chắc	견고하다
Kiệt sức	탈진하다
Kim châm cứu	침
Kìm hãm lây lan bệnh truyền nhiễm	전염병 확산 억제

Kim loại nặng	중금속
Kim tiêm	주사침
Kim tiêm một lần	일회용 주사기
Kín, đóng kín	밀폐되다
Kính bảo hộ	방호안경
Kính dùng để kiểm tra	검경
Kính hiển vi	현미경
Kính kiểm tra mắt	검안경
Kinh nguyệt không đều	월경불순
Kinh nguyệt lần đầu	초경
Kinh nguyệt	월경
Kinh qua, trải qua	경과하다
Kính soi khớp	관절경
Kỹ năng, chức năng	기능성
Ký sinh trùng	기생충
Kỳ sinh và nuôi con	산육기
Ký sinh, sống ăn bám	기생하다
Kỹ thuật cải trang	변장술
Kỹ thuật chẩn đoán	진단기술
Kỹ thuật nối xương	관절이식술
Kỹ thuật trị liệu	치료기술
Kỳ ủ bệnh	전구기

L

Lá gan	간엽
Lá lách	지라
La mắng, trách móc	꾸중을 하다
Lá sau (gan)	후엽
Lactobacilli	락토바실라이
Lại, lặp lại	다시

Làm cho rộng ra	확장을 하다
Làm dịu cơn đau	통증의 완화
Lạm dụng (thuốc, v.v.)	남용하다
Làm hạ nhiệt	열을 떨어뜨리다
Làm rõ	밝히다
Làm rõ nguyên nhân	원인을 규명하다
Làm sáng tỏ	밝히다
Lâm sàng	임상
Làm tiêu bản	표본을 만들다
Lan truyền	전파하다, 퍼지다
Lặn vào trong	잠복하다
Lăng kính	렌즈
Lắng xuống, dịu xuống	가라앉다
Lạnh chân tay	수족냉증
Lành mạnh	건전하다
Lao	결핵
Lão bệnh học	노인의학
Lão hoá	노화
Lao phổi	폐결핵
Lặp đi lặp lại	되풀이하다, 반복하다
Lật ngửa, lật	뒤집다
Lây lan ra, lan tỏa ra	확산되다
Lây lan, lan truyền	전파
Lấy mẫu	채취하다
Lây nhiễm mà không có triệu chứng gì	무증상 감염
Lây nhiễm trong bệnh viện	병원내, 원내 감염
Lây nhiễm	감염하다
Lấy nước miếng để kiểm tra	침생검
Lây qua đường miệng	경구 감염
Lên mủ, mọc mủ	곪다

Liên sườn	늑간
Liệt dương	발기부전
Liệt não	뇌성마비
Liệt nửa người	반신불수
Liệt nửa người	반신이 마비되다
Liệu pháp	요법
Liệu pháp bổ sung	보충요법
Liệu pháp đi bộ	걷기 요법
Liệu pháp đối chứng	대증요법
Liệu pháp đông lạnh	냉동요법
Liệu pháp dùng nhiệt nóng	고온요법
Liệu pháp gây sốc	충격요법
Liệu pháp hạn chế miễn dịch	면역억제요법
Liệu pháp hỗ trợ	보조요법
Liệu pháp iot	옥소요법
Liệu pháp làm lạnh	냉각요법
Liệu pháp miễn dịch	면역요법
Liệu pháp ổn định	안정화요법
Liệu pháp thay thế	대체치료
Liệu pháp thông thường	일반요법
Liệu pháp tiêm thuốc	주사요법
Liệu pháp tối tân	첨단치료법
Liệu pháp ức chế miễn dịch	면역억제요법
Liệu pháp vận động	운동요법
Liệu pháp xạ trị	방사선요법
Lỗ chân lông	땀구멍, 모공
Lo lắng thấp thỏm	안절부절
Lo lắng, bất an	걱정하다
Lở loét	욕창
Lỗ mũi	콧구멍

Lỗ nước mắt	눈물 구멍
Lỗ tai	귓구멍
Lỗ thủng	구멍
Lõa thể,khỏa thân	나체
Loại trừ, cắt bỏ	제거하다
Loại, nhóm	종류
Loạn thị	난시
Loãng xương	골다공증
Loãng, không đặc	묽다
Lọc máu	혈액 투석
Lọc	여과하다
Loét da	욕창
Loét, lở	궤양
Lồi lõm	울통불통
Lồi mắt	눈돌출, 안구 돌출
Lõm vào	들어가다, 함몰하다
Lờn thuốc	내성
Lòng bàn chân	발바닥
Lòng bàn tay	손바닥
Lông mao	섬모
Lông mày, chân mày	눈썹
Lông mũi	코털
Lông nách	액모
Lồng ngực	흉강, 흉곽
Lồng ngực	흉부
Lông tay	손털
Lòng xấu hổ	수치심
Lông	털
Lỏng, chất lỏng	유채
Lúm đồng tiền	보조개

Lưng	등
Lưng, eo	허리, 등
Lưỡi	혀
Lưỡi gà	구개수
Lượng đạm	단백질량
Lượng gây chết người	치사량
Lượng hao mòn	소모량
Lượng lớn	대량
Lượng sữa mẹ	모유량
Lương thực dạng rắn	고형식
Lượng tiêu thụ	소모량
Lưỡng tính	양성
Lưu huỳnh	유황
Lý lịch bệnh lý gia đình	가족력
Lý lịch chấn thương	부상 이력

M

Ma quỷ nhập vào	마귀가 붙었다
Ma túy	마약
Má	볼, 뺨
Mặc áo dài tay	긴팔 옷을 입다
Mắc bệnh	병들다, 병에 걸리다, 투병
Mắc, lây	걸리다
Mạch chậm	서맥
Mạch máu não	뇌혈관
Mạch máu nhỏ	소혈관
Mạch máu	혈관, 핏줄
Mạch nha	맥아
Mạch	맥, 맥박, 박동
Mãn kinh	폐경

Mãn tính	만성
Màng bao	포막
Màng cứng	경막
Màng dạ dày	위막
Màng não	뇌막
Màng ngực	늑막
Màng nhĩ	고막
Màng phổi trong	내측 늑막
Màng phổi	늑막
Màng sợi	섬모
Mạng sống	생명
Mang thai	임신
Mang thai ngoài tử cung	자궁 외 임신
Mang theo	휴대하다
Mang tính y học	의학적
Màng trắng ở lưỡi	백태
Màng xương	골수막, 뼈막
Mảnh xương, khúc xương	뼈조각
Mật	쓸개
Mất cân bằng	불균형
Mất đi	상실하다
Mật độ thấp	저밀도
Mật độ	밀도
Mật động vật	쓸개
Mắt hai mí	쌍꺼풀
Mắt kém, mắt già	노안
Mất khả năng miễn dịch	면역결핍증
Mắt lé	사시인
Mặt nạ	마스크
Mặt nạ ngoại khoa dùng cho y tế	의료용 외과 마스크

Mất ngủ	불면증
Mất nước	탈수증
Mắt sung huyết	눈이 충혈되다
Mất trí nhớ	기억상실
Mặt trời	태양
Mất ý thức, bất tỉnh	의식상실
Mắt	눈
Mặt	안면
Mặt, gương mặt	얼굴
Màu đen	검은 색깔
Màu đỏ sẫm	검붉다
Màu hồng tươi	선홍색
Mẫu kiểm tra	가검물, 테스트 샘플
Máu lẫn đờm	혈담
Mẫu máu	혈액 샘플
Máu mũi	코피
Mẫu nước tiểu	소변 샘플
Mẫu thử	검체
Mẫu thử	검체, 시료
Mâu thuẫn	갈등
Mâu thuẫn về tâm lý	심리적 갈등
Mẫu tiêu bản	표본
Máu tĩnh mạch	정맥 피
Màu tro	잿빛
Máu	피, 혈액
Máy bổ sung độ ẩm	가습기
Mày đay	담마진, 두드러기
Máy đo huyết áp	혈압계
Máy đo mật độ xương	골밀도측정기
Máy hô hấp oxy	산소호흡기

Máy lọc khí	공기 청정기
Máy tập đi bộ	보행기
Máy thở oxi	산소호흡기
Máy trợ phổi (để thở)	호흡보조장치
Máy trợ thính	보청기
Máy xoa bóp	안마기
Máy y tế	의료기
Mẹ tròn con vuông	순산
Mềm mềm	말랑말랑하다
Mệnh trời	천명
Mép miệng	입꼬리
Mệt mỏi	권태감
Mệt mỏi (cơ)	피로하다
Mệt mỏi về thể lực	육체적 피로
Mệt mỏi	무기력
Mệt mỏi	피곤, 피로
Mi mắt	눈꺼풀
Miễn dịch	면역
Miễn dịch thụ động	수동 면역
Miếng bảo hộ, thiết bị bảo hộ	보호대
Miếng bảo vệ ống quyển	정강이 보호대, 신 가드
Miếng bọt biển	스펀지
Miếng lót bảo vệ đầu gối	무릎받이, 가죽
Miệng	구, 입
Miệt mài việc gì	몰두하다
Mổ	수술
Mỡ (động vật)	지방
Mỡ động vật	동물성 지방
Mô hình cái phễu (lõm)	깔때기 모양
Mồ hôi hột	구슬땀, 비지땀

Mồ hôi lạnh	식은 땀
Mồ hôi trộm	도한
Mồ hôi	땀
Mổ lấy thai	유산수술
Mô liên kết	연부조직
Mơ ngủ	꿈을 꾸다
Mổ nội soi	내시경 수술하다
Mở ra, giang, xoè	펴다
Mỡ thực vật	식물성 지방
Mỡ trung tính	중성지방
Môi dưới	아랫입술
Môi giới	매개
Mỏi mệt	몸살
Môi trên	윗입술
Môi trường nhiệt độ thấp	저온 환경
Môi	입술
Mỏm ức	검상돌기
Món ăn nhiều mỡ	고지방 음식
Môn vị	유문
Móng chân	발톱
Mộng du	몽유병
Mộng lành	길몽
Móng tay	손톱
Mộng tưởng	망상하다
Mỏng và rộng	얇고 넓다
Mông	궁둥이, 엉덩이
Morphine	모르핀
Một cách bình thường	정상적
Một kiểu	일종
Một ngày	하루

Mu bàn chân (dây giày)	신발끈
Mu bàn chân	발등
Mu bàn tay	손등
Mù màu	색맹
Mủ vết thương	고름
Mủ	농
Mua từ nước ngoài	해외 구매
Mức độ căng thẳng	긴장도
Mức độ mệt mỏi	피로도
Mục tiêu chữa bệnh	치료목표
Mục tiêu	목표 대상
Mùi	냄새
Mũi	코
Mũi cà chua	딸기코
Mùi cơ thể	체취
Mũi diều hâu	매부리코
Mũi hếch	들창코
Mũi heo	돼지코
Mùi mồ hôi	체취
Mùi nước tiểu	오줌냄새
Mũi tẹt	납작코
Mũi tẹt	납작코
Mũi to	주먹코
Mụn	습진, 여드름
Mụn cóc	사마귀
Mụn lẹo mắt	눈곱, 다래끼
Mụn mủ	농포
Mụn nước	물집
Mụn, nhọt	진드기, 부스럼
Mưng mủ	성숙

Mưng mủ, sinh mủ	화농
Muỗi	모기
Muỗi sốt rét	학질모기
Muối	소금, 염분
Muộn, trễ	늦다

N

Nấc cụt	딸꾹질
Nách	가랑이
Nách, háng	겨드랑이
Nấm	곰팡이
Nám da	검버섯
Nắm đấm, nắm tay	주먹
Nấm độc	독버섯
Nam giới	남자
Nam tính	남성
Nặng (bệnh), trầm trọng	심하다
Nâng đỡ, chống đỡ	받치다
Nang lông	모낭
Năng lượng	에너지
Nạng	목발
Nang, túi	게실
Não	뇌
Não giữa	간뇌
Nạo thai	낙태
Natri	나트륨
Nếp nhăn	주름살
Nẹp	부목
Ngã, gục, té nhào	쓰러지다
Ngậm (trong miệng)	머금다

Ngậm miệng (vết thương), lành	아물다
Ngăn chặn lây lan	확산 차단
Ngân hàng máu	혈액은행
Ngân hàng tủy sống	골수은행
Ngáp	하품하다
Ngất (xỉu)	기절하다
Ngạt thở, chết ngạt	질식하다
Ngất, bất tỉnh	실신을 하다
Nghẽn, tắc	폐색하다
Nghi ngờ	의심하다
Nghỉ ngơi	휴식하다
Nghiêm trọng	심각하다
Nghiện rượu	알코올 중독
Nghiện	중독하다
Ngộ độc axit citric	구연산 중독
Ngộ độc thực phẩm	식중독
Ngộ độc thuốc	약물중독
Ngộ độc	중독
Ngoại ban	피진
Ngoại biên	말초
Ngoài cơ thể	체외
Ngoại khoa chỉnh hình	정형외과
Ngoại khoa miệng	구강외과
Ngoại khoa thần kinh	신경외과
Ngoại khoa thông thường	일반외과
Ngoại khoa	외과
Ngón áp út	약지
Ngón chân cái	엄지발가락
Ngón chân	발가락
Ngón giữa	가운데손가락, 중지

Ngón tay cái	엄지
Ngón tay đeo nhẫn	약지
Ngón tay trỏ	집게손가락, 검지
Ngón tay út	새끼손가락, 소지
Ngón tay	손가락
Ngón trỏ	검지
Ngũ cốc	곡류
Ngủ muộn	늦잠
Ngủ ngày	낮잠
Ngủ ngon	숙면
Ngủ sâu, ngủ ngon	숙면하다
Ngủ trưa	낮잠
Ngủ	수면, 자다
Ngứa,ngứa ngáy	소양증,가려움증
Ngực lép	새가슴
Ngực	가슴, 흉곽
Ngưng chảy máu	지혈
Ngưng	중단하다
Người bệnh, bệnh nhân	환자
Người bị điếc	귀머거리
Người bị mù	장님
Người cao tuổi	노인
Người chăm sóc bệnh	간병인
Người chăm sóc(y tá)	간호사
Người có mang virut	바이러스 보균자
Người có triệu chứng	유증상자
Người da trắng	백인
Người già	노인
Người hiến máu	헌혈자
Người hiến nội tạng	장기제공자

Người hiến tặng	기증자
Người lớn	성인
Người siêu truyền bệnh	슈퍼 전파자
Người thực vật	식물인간
Người trưởng thành	성인
Người tử thương	사상자
Người tử vong	사망자
Người ủ bệnh	보균자
Người vô tính	복제인간
Nguồn kháng thể	항원
Nguy hiểm	위험
Nguyên nhân bên trong	내부적 원인
Nguyên nhân chính	요인
Nguyên nhân chưa rõ	원인미상
Nguyên nhân sinh ra	유발요인, 발생요인
Nguyên nhân tâm lý	심리적 원인
Nguyên nhân từ bên ngoài	외부적 원인
Nguyên nhân tử vong	사망원인
Nguyên nhân	원인
Nguyên tắc phòng chống	예방수칙
Nguyên tố đồng vị	동위원소
Nha khoa	치과
Nhà tâm lý học	심리학자
Nhai rồi nuốt	씹어 삼키다
Nhai	씹다
Nhầm lẫn	착오
Nhắm vào, tập trung vào	집중 공략하다
Nhãn áp	안압
Nhãn áp	안압
Nhãn cầu	안구, 눈망울

Nhận ra, biết bệnh	인지하다
Nhân tạo	인공
Nhân tố nguy hiểm	위험인자
Nhân tố phát sinh	유발요인, 발생요인
Nhân tố, nguyên nhân	인자
Nhân trung	인중
Nhân viên vật lý trị liệu	물리치료사
Nhanh	급속
Nhập viện	입원, 입원시키다
Nhất thời, tạm thời	일시, 일시적
Nhạt, mờ, không đậm	연하다
Nhau thai	탯줄
Nhẹ nhàng, mềm mại	부드럽다
Nhét vào, áp vào	삽입하다
Nhiễm khuẩn	세균감염
Nhiễm sắc thể	염색체
Nhiễm sắc thể giới tính X	성염색체
Nhiễm trùng máu	패혈증
Nhiệt độ cơ thể	체온
Nhiệt độ của sữa	우유의 온도
Nhiệt độ trong phòng	실내온도
Nhiệt độ	온도
Nhiệt kế	체온계
Nhiệt lượng	열량(칼로리)
Nhiệt miệng	혓바늘
Nhiệt, sốt	열
Nhịp độ	페이스(속도), 템포
Nhịp sống	생활리듬
Nhịp tim	심박동수
Nhịp, điệu	리듬, 박자

Nhổ răng	발치, 이를 빼다
Nhỏ, hẹp	협소하다
Nhồi máu cơ tim	심근경색, 심장마비
Nhồi máu cơ tim	심장마비, 심장발작
Nhồi máu não	뇌경색
Nhồi máu	경색
Nhói, đau nhói	쑤시다
Nhóm A	A 형
Nhóm B	B 형
Nhóm C	C 형
Nhóm D	D 형
Nhóm G	G 형
Nhóm máu	혈액형
Nhóm vi rút	바이러스 집단
Nhợt nhạt	창백하다
Nhọt nước, ghẻ nước	무좀
Nhu cầu sinh lý	성욕
Nhuần nhuyễn	윤활하다, 성숙하다, 숙련하다
Nicotin	니코틴
Niêm mạc	점막
Niềm tin	신뢰감
Niệu đạo	요도
Niệu quản	요관
Nitơ lỏng	액체질소
Nitrat	질산염
Nở ra	팽창
Noãn bào nguyên thủy	원시난포
Noãn bào	난세포
Nọc độc	독, 독소
Nổi da gà	소름

Nội khoa	내과
Nổi mề đay, dị ứng	담마진
Nói mê, nói mớ	잠꼬대하다
Nói nhảm	헛소리를 하다
Nói sảng, nói mê	잠꼬대하다
Nỗi sợ hãi	공포감
Nội soi	내시경
Nội soi đại tràng	대장 내시경
Nội tạng	내장, 장기
Nội tiết	내분비, 호르몬
Nội y	내의
Nôn mửa	구토, 토하다
Nôn ọe	구역질
Nóng	덥다
Nốt ruồi	점
Nốt sần	구진
Nữ giới	페미돔
Nữ tính	여성
Núm vú, nhũ hoa	젖꼭지, 유두
Nước ấm	미지근한 물
Nước bọt, nước miếng	침
Nước đá lạnh	얼음물
Nước da	살갖
Nước đường	설탕물
Nước hoa quả	과일즙
Nước mắt	눈물, 누액
Nước mật ong	꿀물
Nước miếng	침
Nước mũi	콧물
Nước muối sinh lý	식염수

Nước nóng	온수
Nước ối	양수
Nước rửa tay có cồn	알코올 (함유) 손소독제
Nước súc miệng	구강세척수
Nước tiểu có mủ	농뇨
Nước tiểu	오줌
Nước trái cây, nước hoa quả	주스
Nước	물, 수분
Nuôi cấy	배양
Nướu, lợi	잇몸
Nứt da	동상

Ợ

Ợ chua	트림하다, 신물이 넘어오다
Ô nhiễm	오염
Ợ nóng	속 쓰림
Ợ ra	트림
Ốm đau, bị bệnh	질병을 앓다
Ốm	앓다
Ổn định tâm thần	심신을 안정하다
Ổn định, bình tĩnh	진정하다
Ống cao su	고무관
Ống dẫn mật	담도, 쓸개관
Ống dẫn tinh	수정관
Ống dẫn trứng	나팔관
Ống dẫn	관, 도관
Ống đựng que thử	스틱 통
Ống gan	간관
Ống mật	담도
Ống nghe	청진기

Ống nhỏ mắt	점안기
Ống quyển	정강이
Ống tai	이관
Ống tiêm	주사기
Ống truyền tĩnh mạch	정맥 내 투여기
Ống tủy sống	척추관
Ống tụy	췌관
Ót, gáy	뒤통수

O

Oxy cho não	산소
Oxy có hại	유해산소
Oxy hoá	산화
Oxy hoá có hại	유해산소

P

Pepsin	팹신
Pha loãng	희석하다
Phân chia tế bào	세포분열
Phân có máu	혈변
Phân cứng	굳은 변
Phần cuối	말단
Phần dưới	부하
Phân giải	분해하다
Phấn hoa	꽃가루
Phân loại	분류하다
Phần ngực	흉부
Phần ranh giới	경계부
Phân tách tế bào	세포분열

Phân tách	분열하다
Phân tích	분석하다
Phần trên	상부
Phần ức ngực	명치부분
Phản ứng	반응
Phản ứng âm tính	음성반응
Phản ứng dị ứng	알레르기 반응
Phản ứng dương tính	양성 반응
Phản ứng liên hoàn	연쇄반응
Phản ứng phòng vệ của cơ thể	인체의 방어 반응
Phản ứng phòng vệ	방어반응
Phản ứng từ chối	거부반응
Phản xạ rơi tự do	낙하산 반사
Phản xạ	반사, 반응
Phân	변
Phát ban	발진
Phát bệnh, sinh bệnh	발병하다
Phát hiện sớm	조기발견
Phát hiện	발견
Phát sinh người tử vong	사망자 발생
Phát sinh thêm	추가 발생하다
Phát triển trước tuổi	조숙하다
Phát triển	발전하다
Phẫu thuật cắt bỏ	절제술, 절제수술 하다
Phẫu thuật chỉnh hình	교정수술
Phẫu thuật mở	개복수술을 하다
Phẫu thuật nhỏ	시술하다
Phẫu thuật nối gân, nối dây chằng	힘줄봉합술
Phẫu thuật nối lại dây chằng	인대재건술
Phẫu thuật nối, khâu	봉합술

Phẫu thuật sảy thai	유산 수술
Phẫu thuật	수술
Phế quản	기관지
Phế tĩnh mạch	폐정맥
Phì to	비대
Phía sau gối	오금
Phiếu điều tra tình trạng sức khỏe	건강상태질문서
Philopon	필로폰
Phình ra	비대
Phình to lên	팽창하다
Phơi nhiễm có tính nghề nghiệp	노출
Phổi tắc nghẽn mãn tính	만성 폐쇄성 질환
Phôi thai	배아
Phổi	폐, 허파
Phòng bệnh nhân nặng	중환자실(ICU)
Phòng bệnh nhân	병실
Phòng bệnh	예방하다
Phòng cấp cứu	응급실
Phòng chờ hồi phục	회복실
Phòng chờ	대기실
Phòng chống lây nhiễm	감염병 예방
Phòng chống	예방
Phòng chuyên biệt	집중치료실
Phòng dịch	전염병 방역
Phòng điều chế thuốc	조제실
Phòng ICU	중환자실 (ICU)
Phòng mổ	수술실
Phòng ngừa chấn thương	부상예방
Phòng ngừa lây nhiễm	감염병 예방, 전염병 예방
Phòng ngừa	예방하다

Phòng người bệnh nặng	중환자실
Phòng phẫu thuật	수술실
Phồng rộp	푸석하다
Phong tỏa thành phố	도시 봉쇄
Phong tỏa	봉쇄하다
Phòng vô khuẩn	무균병실
Phỏng	화상
Photpho	인
Phù não	뇌부종
Phù nề toàn thân	전신부종
Phù nề	부종
Phục hồi chức năng	재활
Phục hồi hoàn toàn	완전회복
Phục hồi nguyên trạng	원상 회복시키다
Phục hồi	재활
Phúc lợi xã hội	사회복지
Phủi, giũ	털다
Phương diện	방면
Phương pháp chẩn đoán	진단방법
Phương pháp loại bỏ	제거술
Phương pháp nhuộm	염색법
Phương pháp phẫu thuật cũ	고식적 수술방법
Phương pháp tốt nhất	최선의 방법
Phương pháp trị liệu	치료방법
Phương pháp	방법
Phương thức	방식
Phương thức truyền nhiễm	전파방식

Q

Qua da	경피
Quá nhạy cảm	과민하다
Quá nuông chiều	과잉보호
Quá sức	과로하다
Quá trình phát triển	발전과정
Quá	매우
Quai bị	볼거리
Quần áo	옷, 복장
Quần áo bảo hộ	방호복
Quan hệ tình dục	성관계, 성교
Quan sát y tế trong 2 tuần	2주간 의학적 관찰
Quang học	광학
Quay trở lại	복귀하다
Que thử đường huyết	당뇨 스틱
Que thử	스틱
Qui ước bảo vệ sức khỏe thế giới	국제보건규약(IHR)

R

Ra viện	퇴원하다
Rách gân	근파열
Rách	찢어지다
Rách, đứt	열상
Rắn chắc	튼튼하다, 견고한
Răng	치아, 이, 이빨
Răng cửa	앞니
Răng hàm	어금니
Răng khểnh	덧니, 뻐드렁니
Răng khôn	사랑니
Răng nanh	송곳니

Răng sữa	유치, 간니
Răng vĩnh cửu	영구치
Rát, đau nhức	쓰리다
Râu cằm	턱수염
Râu quai nón	구레나룻
Râu, ria	수염
Ráy tai	귀지
Rèn luyện cơ bắp	근육훈련
Ria mép	콧수염
Rifampin	리팜핀
Rõ ràng	분명하다, 확실하다
Rối loạn ăn uống	섭식장애
Rối loạn cảm xúc	정서불안
Rối loạn cương dương	발기부전
Rối loạn kinh nguyệt	월경불순
Rốn	배꼽
Rửa	씻다
Rửa tay kỹ	꼼꼼하게 씻기
Rửa tay thường xuyên	손 자주 씻기
Run tay	손떨림증, 수전증
Rụng tóc	탈모
Rụng trứng	배란
Rung	떨다
Ruột non	소장
Ruột thừa	맹장, 충수돌기
Ruột và dạ dày	위장
Ruột	장
Rút mủ ra, hút mủ	배농시키다

S

Sa ruột	탈장
Sắc tố máu	혈색소
Sắc tố	색소
Sắc, đau nhói	날카롭다
Sán lá gan	간 흡충
Sán lá	흡충
Sán lợn	갈구리충
Sản phụ khoa	산부인과
Sản phụ	임산부
Sần sùi	푸석하다
Sản xuất, sinh sản	생산
Sắt (thành phần)	철분
Sâu (nước)	상처가 깊은
Sau khi ăn	식후
Sau khi sinh	출산 후, 생후
Sâu răng	충치
Say sóng	뱃멀미
Say tàu xe	멀미
Sẩy thai	유산
Say xe	차 멀미
Siêu âm tim	심초음파
Siêu âm	초음파
Sinh con	출산하다
Sinh hoạt lành mạnh	건전한 생활
Sinh khó	난산
Sinh lý (kinh nguyệt)	생리, 월경
Sinh nở tự nhiên	자연분만
Sinh non	조산
Sinh sản	생식

Sinh sản vô tính	무성생식
Sinh sôi nảy nở	번식하다
Sinh thiết	생검
Sơ cứu	응급치료, 응급처치하다
Số mạch đập của tim	심박동수
Sơ suất, khinh suất	소홀하다, 부주의하다
Sở thích	호기
Sờ, nắn chẩn đoán	촉진하다
Sốc do lây nhiễm	감염성 쇼크
Sởi	홍역
Sỏi	결석
Soi bằng kính hiển vi	검경
Sỏi bàng quang	방광결석
Sỏi gan	간내결석증
Sỏi hỗn hợp	혼합결석
Sỏi mật	담석
Sỏi niệu đạo	요로 결석
Sỏi niệu quản	요관결석
Sỏi ống mật	담도결석
Soi phế quản	기관지경검사
Sỏi thận	신장결석
Sợi tóc, tóc	머리카락
Sỏi túi mật	담석증
Sởi	홍역
Sôi, đun sôi	끓다
Sống lâu	장수
Sống mũi	콧등
Sóng não	뇌파
Sống sót	생존하다
Sóng xung kích	충격파

Sốt	열에너지
Sốt cao	고열
Sốt nhẹ	미열
Sốt phát ban	발진티푸스
Sốt rét	말라리아, 학질
Sốt xuất huyết	출혈열
Sốt	발열하다, 열이 나다
Stress	스트레스
Sử dụng tạm thời	일시적으로 사용하다
Sự gắn kết	조직력
Sự phát triển của y học hiện đại	현대 의학의 발달
Sữa bò	우유
Sữa bột	분유
Sữa lên men	발효유
Sữa mẹ	모유
Sữa non	초유
Sữa	젖
Sức chứa của sân	경기장 수용능력
Sức co bóp	수축력
Sức đàn hồi	탄력
Sức đề kháng	저항력
Sức khỏe răng miệng	치아건강
Sức khỏe	건강
Sức mạnh cơ bắp	근력
Sức mạnh cơ thân trên	상체 근력
Sức mạnh của cơ	근력
Sức mạnh	피지컬
Súc miệng, tráng qua	헹구다
Sụn chêm	반월상연골, 반월연골
Sụn khớp	관절 연골

Sụn	연골
Sưng	부종, 붓다
Sưng phồng	부풀다
Sụt cân	살이 빠지다
Sứt môi	언청이
Suy dinh dưỡng	영양실조
Suy gan	간부전
Suy giảm trí thông minh	지능저하
Suy giảm	감퇴하다
Suy nghĩ bi quan	염세적 생각
Suy nhược thần kinh	신경쇠약
Suy thận	신부전증
Suy, thiếu	결핍하다

T

Tã lót	기저귀
Tá tràng	십이지장
Tác dụng dược lý	약리작용
Tác dụng phụ	부작용
Tác dụng	작용
Tắc đường tiết niệu	요로 폐색
Tắc mạch máu não	뇌경색
Tắc ruột dạng tê liệt	마비성 장폐색
Tắc, nghền	전색하다, 막히다
Tách virut	바이러스 분리
Tai nạn bất cẩn	안전사고
Tai nạn giao thông	교통사고
Tai nạn lao động	사업 재해
Tai nạn, sự cố	사고
Tái phát thường xuyên	빈번한 재발

Tái phát	재발하다
Tái sinh	재생
Tai	귀
Tâm lý	심리
Tầm mắt	시야
Tắm nắng	일광욕
Tâm thần phân liệt	정신 분열증
Tâm thần	심신
Tâm thất phải	우심실
Tâm thất trái	좌심실
Tấn công nhanh	속공하다
Tàn nhang	검버섯
Tần số phát sinh	발생빈도
Tần suất	빈도
Tăng cường thể lực	체력 증강
Tăng đột biến	급증하다
Tăng huyết áp, huyết áp cao	고혈압
Tăng lên	증가하다
Tầng lớp nhạy cảm, yếu	민감, 취약계층
Tặng, hiến	기증
Táo bón	변비, 숙변
Tạo hình gân	근조형술
Táo tàu	대추
Tập cơ bắp	근육훈련
Tập cơ	코어 훈련
Tập hồi phục	회복훈련
Tập hợp máu	채혈
Tập phục hồi chức năng	재활운동
Tập phục hồi	회복훈련
Tập tăng cường sức mạnh	보강훈련

Tập ưa khí	유산소 운동
Tập yếm khí	무산소 운동
Tẩy rửa dạ dày	위세척
Tay	손
Tế bào	세포
Tế bào gan	간세포
Tế bào gốc	줄기세포
Tế bào ung thư	암세포
Tê liệt chân tay	사지의 마비
Tê liệt tim, nhồi máu cơ tim	심장마비
Tê liệt, liệt, bại liệt	마비
Tê, tê mỏi	저리다
Tên bệnh	병명
Thả lỏng cơ bắp	근이완, 근육이완
Thả lỏng	이완하다
Thái dương	관자놀이
Thai nhi	배아
Thai ổn định	착상하다
Thăm bệnh	병문안, 문병하다
Thận	콩팥, 신장
Thân dưới	하체
Thần kinh cảm giác	감각신경
Thần kinh giao cảm	교감신경
Thần kinh mặt	안면신경
Thần kinh não	뇌신경, 두개신경
Thần kinh thị giác	시신경
Thần kinh	신경
Thận nhân tạo	인공신장
Thân nhiệt bình thường	정상체온
Thân nhiệt cao	체온이 높다

Thân thể, cơ thể	신체
Thân trên	상체
Thân, cơ thể	몸통
Thành phần mỡ, chất béo	지방분
Thành phần sắt	철분
Thành phần sữa mẹ	모유의 성분
Thành quả	성과
Thanh quản	성대, 목젖
Thanh quản, yết hầu	후두
Thành ruột	장벽
Thắt cổ, bóp cổ	목조름
Thấu kính, kính áp tròng	렌즈
Thay đổi do thoái hóa	퇴행성 변화
Thay máu	교환수혈
Thay thế (nội tạng)	이식
Thẻ bảo hiểm y tế	의료보험카드
Thể hình	체격, 체형
Thể lực cơ bản	기초체력
Thể lực giảm sút	체력이 떨어지다
Thể lực	체력
Thể trọng (cân nặng)	체중
Thể trọng tiêu chuẩn	표준체중
Theo chu kỳ dài	대주기로
Theo dõi huyết áp	혈압을 관찰하다
Theo dõi, quan sát	관찰하다
Theo tâm lý học	심리학 적으로
Theo tháng tuổi	월령에 따라
Theo từng lứa tuổi	연령별
Thị giác	시각
Thị lực	시력

Thi thể	사제
Thìa	스푼
Thích hợp	적절하다
Thiết bị bảo hộ	보호 장비
Thiết bị cấp cứu	응급장비
Thiết bị đo nhiệt độ hồng ngoại	적외선 체온측정기
Thiết bị nuôi cấy	배양기간
Thiếu canxi	저칼슘
Thiếu máu	빈혈
Thiếu máu não	뇌빈혈
Thiểu năng trí tuệ	지능장애
Thiếu oxy	산소결핍, 저산소증, 저산소증층
Thiếu thể lực	체력부족
Thiếu vận động	운동부족
Thiếu vật tư y tế	의료물자 부족
Thiếu, không đủ	결여되다, 부족하다
Thịt động vật hoang dã	야생동물 고기
Thịt thừa	군살
Thở dốc	숨이 차다
Thở ra	내쉬다
Thở vào, hít vào	들숨
Thoái hóa xương	뼈 석회화하다, 뼈 퇴화
Thoái hóa	퇴화, 퇴행화
Thoái hóa, bay màu	퇴색되다
Thoát vị đĩa đệm	허리디스크, 추간판탈출
Thời gian sinh nở	출산시
Thời gian ủ bệnh	잠복기간, 잠복기
Thời kỳ bể giọng	변성기
Thời kỳ bệnh	병기
Thời kỳ đầu	초기

Thời kỳ mãn kinh	폐경기
Thời kỳ sinh sản	생식기간
Thời kỳ thai ghén	태생기
Thời kỳ ủ bệnh không triệu chứng	무증상 잠복기
Thôi miên	최면
Thói quen ăn uống	식사습관
Thông gió	환기
Thọt chân	절다, 절름발이의
Thử máu	혈액검사
Thủ phạm chính	주범
Thụ thai	수태되다
Thụ tinh nhân tạo	인공수정
Thủ tục nhập viện	입원수속 절차
Thức ăn dặm, món ăn dặm	이유식
Thức ăn thay thế	대용식
Thức ăn, ẩm thực	음식
Thực chất	실질
Thực phẩm chất béo cao	고지방 음식
Thực phẩm hỗ trợ	보조식품
Thực phẩm ít kali	저칼슘식
Thực phẩm ít muối	저염식
Thực phẩm	식품
Thực quản	식도
Thực vật	식물
Thủng dạ dày	위장천공
Thủng lỗ (dạ dày, v.v.)	천공
Thủng lỗ bên ngoài	외부천공
Thủng lỗ bên trong	내부천공
Thủng màng nhĩ	고막이 터지다
Thủng ruột	장천공

Thuốc an thần	신경안정제, 진정제
Thuốc bổ	강장제, 보약
Thuốc bôi kháng sinh	항생연고
Thuốc bôi ngoài	외용약
Thuốc bôi	도포약
Thuốc bột	가루약, 분말약
Thuốc cầm máu	지혈제
Thuốc cảm	감기약
Thuốc cấp cứu	구급약, 응급약
Thuộc cấp số nhân	기하급수적
Thuốc cắt cơn	차단제
Thuốc chống co giật	항경련제
Thuốc chống đau đầu	두통약
Thuốc chống đông	응집 억제제
Thuốc chống HIV AIDS	에이즈 치료제
Thuốc chống lao	항결핵제
Thuốc chống nôn	구토제
Thuốc chống say tàu xe	멀미약
Thuốc chống sốt rét	항말라리아제
Thuốc chống táo bón	완하제
Thuốc chống ung thư	항암제
Thuốc chống viêm	소염제
Thuốc chữa lao	결핵약
Thuốc chữa tiêu chảy	설사약
Thuốc con nhộng	캡슐, 캡슐약
Thuốc cường dương	정력제, 강장제
Thuốc đặc trị	특효약
Thuốc dãn cơ	근이완제
Thuốc đau dạ dày	위장약
Thuốc đỏ	머큐로크롬

Thuốc dự phòng	상비약
Thuốc dưỡng thai	태아 영양제
Thuốc dưỡng tóc	모발영양제
Thuốc gây ảo giác	환각제
Thuốc gây mê	마취제
Thuốc gây tê	마비약
Thuốc giải độc	해독제
Thuốc giải nhiệt, hạ sốt	해열제
Thuốc giảm căng cơ bắp	근육이완제
Thuốc giảm đau	진통제
Thuốc giun	구충제
Thuốc hạ sốt	해열제
Thuốc hạn chế co giật	진경제
Thuốc ho	기침약
Thuốc huyết áp	혈압약
Thuốc kháng sinh	항생제
Thuốc kháng virut	항바이러스제
Thuốc khử đờm	거담제
Thuốc lá	담배
Thuốc lắc	환각제
Thuốc làm giãn khí quản	기관지확장제
Thuốc lợi đại tiện	대변완화제
Thuốc lợi tiểu	이뇨제
Thuốc mê	마취제
Thuốc men	약품, 약제
Thuốc mỡ	연고
Thuốc ngủ	수면제, 최면제
Thuốc ngừa thai	피임약
Thuốc nhỏ mắt	안약
Thuốc nhuộm tóc	머리염색약

Thuốc nước	물약, 액제, 약물
Thuốc phiện	아편
Thuốc rửa ruột	관장제
Thuốc sát trùng	살균제, 소독약, 소독액
Thuốc sổ ruột	하제
Thuốc tăng nở cơ bắp	근육보강제
Thuốc tẩy giun	구충제
Thuốc tây	양약
Thuốc tẩy, thuốc rửa	세정제
Thuốc thử	시약
Thuốc tiêm	주사약
Thuốc tiêu chảy	설사약
Thuốc tiêu hóa	소화제
Thuốc tránh thai khẩn cấp	긴급 피임약
Thuốc tránh thai loại uống	경구피임약
Thuốc tránh thai	피임약
Thuốc trị gàu	비듬약
Thuốc trị táo bón	변비약
Thuốc uống	내복약
Thuộc về cơ học	기계적
Thuốc viên	알약 (정제)
Thuốc xi- rô	시럽약
Thuốc xịt	스프레이
Thuốc xổ ruột	하제
Thuốc xoa bóp dạng nước	물파스
Thuốc	약물
Thương tổn	손상
Thụt rửa	관장
Thụt	펌프
Thủy đậu	수두

Thủy tinh thể	수정체
Tia phóng xạ	방사선
Tích trữ lương thực	식품 사재기
Tiêm dưới da	피하주사
Tiêm phòng bại liệt trẻ em	소아 마비 접종
Tiêm phòng cơ bản	기본접종
Tiêm phòng	예방 접종, 예방주사
Tiềm tàng	잠재하다
Tiêm thuốc	주사를 맞다
Tiêm truyền dịch	수액주사
Tiêm vào cơ bắp	근육주사
Tiêm	주사
Tiên lượng	예후
Tiền sử bệnh	과거력
Tiếp nhận	수용하다
Tiếp xúc gần	밀접한 접촉
Tiếp xúc với bệnh nhân	환자와 접촉하다
Tiếp xúc	접촉하다
Tiết ra quá nhiều	과잉분비
Tiêu bản	표본
Tiểu cầu	혈소판
Tiêu chảy	설사
Tiểu đêm	야뇨증
Tiêu điểm	초점
Tiểu đường	당뇨병
Tiêu hao năng lượng	에너지로 소모되다
Tiêu hao thể lực	체력소모, 체력소진
Tiêu hóa được	소화되다
Tiêu hóa kém	소화불량
Tiêu hóa tốt	쾌변하다

Tiêu hóa	소화
Tiểu não, não nhỏ	소뇌
Tiểu phẫu	미세수술
Tiểu tiện	배뇨, 소변, 오줌을 싸다
Tiểu tiện nhiều	단뇨
Tiểu tiện ra máu	혈뇨
Tiêu xương	골용해, 골흡수
Tim đập thình thịch	심장 두근거림
Tim dị tật	심장기형
Tim nhân tạo	인공심장
Tim	심장
Tín hiệu cảnh cáo	경고신호
Tinh bột	탄수화물
Tính cách	성격
Tính chống đối	반항심
Tính đa nhân tử	다인자성
Tính đàn hồi	탄력성
Tính độc lập	독립심
Tính đối xứng	대칭성
Tính hệ thống	계통적
Tình hình bùng phát bệnh dịch	전염병 발생 상황
Tính hoà tan	수용성
Tinh hoàn	고환
Tính hướng nội, khép kín	내성적
Tinh khiết, sạch sẽ	청결하다
Tính kiên trì nhẫn nại	인내심
Tính lâm sàng	임상형
Tính linh hoạt	융통성
Tĩnh mạch	정맥
Tĩnh mạch chủ	대정맥

Tĩnh mạch gan	간정맥
Tĩnh mạch nhân bản	복제정맥
Tĩnh mạch phổi	폐정맥
Tính nguy hiểm	위험성
Tính tan trong nước	수용성
Tình tạng y tế khẩn cấp	공중보건 비상사태
Tinh thần bạc nhược	정신박약
Tinh thần thi đấu	사기, 프로정신
Tính tích cực	긍정적
Tình trạng sức khoẻ	건강상태
Tình trạng sức khỏe	컨디션
Tình trạng y tế khẩn cấp toàn cầu (PHEIC)	국제적 공중보건 비상사태
Tinh trùng	정자
Tính tự ti	열등감
Tinh xảo, tinh vi	섬세하다
Tố chất	소질
Tổ chức học bệnh lý	병리조직학
Tổ chức y tế thế giới (WHO)	세계보건기구(WHO)
Tổ chức, cấu trúc, nội tạng	조직
To đại tràng	거대결장
Toa thuốc	처방전
Toàn thân	전신
Tóc bạc	금발
Tốc độ lây lan	확산 속도
Tốc độ phát triển	성장속도
Tốc độ phục hồi	회복속도
Tóc ngắn, tóc lửng	단발머리
Tóc trắng	백발
Tóc vàng	금발
Tóc xoăn	곱슬머리

Tóc	머리털
Tối tân	최신
Tối thiểu	최소
Tồn tại	존재하다
Tổn thất về kinh tế	경제적 손실
Tổn thương dây chằng	인대손상
Tổn thương gân	건 손상
Tổn thương màng cơ	근막손상
Tốt (tình trạng bệnh)	양호하다
Trặc cổ chân	발목을 삐다
Trặc, trật chân	삐다
Trái phải, trên dưới	좌우상하
Trái với lẽ phải	이치에 어긋나다
Trầm cảm	우울증
Trạm kiểm dịch	검역소
Trầm tĩnh, bình tĩnh	침착하다
Trạm y tế	보건소
Trán cao	이마가 커지다
Trần vòm miệng	입천장
Trán	이마
Trắng bệch	창백하다
Trạng thái hôn mê	혼수상태
Trạng thái mỏi mệt	무기력증, 피로감
Trang thiết bị điều trị	치료기구
Trang thiết bị	시설, 장비, 설비
Tránh nơi đông người	사람이 많은 장소 피하기
Tránh quá sức	과로 피하기
Tránh thai	피임
Tránh tiếp xúc	접촉을 피하다
Trao đổi chất	신진대사

Trào ngược dạ dày	위식도역류
Trào ngược	역류되다
Trật khớp háng	고관절탈구
Trật khớp nhẹ	아탈구
Trật khớp	탈구
Trầy niêm mạc	잠막이 헐게 되다
Trẻ dị hình	기형아
Trẻ em	아기, 어린이
Trẻ sinh non	조산아
Trẻ sơ sinh	신생아
Trẻ	젊다
Trên lâm sàng	임상상
Trị liệu bằng điện	전기치료
Trị liệu bằng nhiệt	열 치료
Trị liệu bằng thuốc	약물요법
Trị liệu bằng tia hồng ngoại	적외선 치료
Trị liệu bằng tia phóng xạ	방사선치료
Trị liệu bằng vi phẫu	미세수술치료
Trị liệu bệnh xuất huyết não	뇌출혈의 치료
Trí năng, trí tuệ	지능
Trĩ ngoại	외치핵
Trĩ nội và trĩ ngoại	내외치핵
Tri thức y học	의학지식
Triết lý sống	생활철학
Triệu chứng của bệnh nhân	환자의 증상
Triệu chứng đau	통증
Triệu chứng lâm sàng	임상증상
Triệu chứng lây nhiễm	감염증의 증상
Triệu chứng mất nước	탈수증
Triệu chứng nặng	중증

Triệu chứng nhẹ giống như cảm	감기와 비슷한 경증
Triệu chứng xơ cứng	경화증
Triệu chứng	증상, 증후
Trở nên cùn, mòn, tù	뭉툭해지다
Trở nên cứng	굳어지다
Trở nên dày lên	비후되다
Trở nên mờ	흐려지다
Trở nên mỏng	엷어지다
Trở nên mù lòa, mù	실명되다
Trở nên nặng hơn	심해지다
Trôi qua, trải qua	경과하다
Trong đại tràng	대장 속
Trọng lượng	무게
Trọng lượng cơ thể	몸무게, 체중
Tròng mắt	눈망울
Trong phòng	실내
Trong và ngoài	내외
Trực tràng	직장
Trứng	알
Trứng (của con cái)	난자
Trứng các loại	난류
Trứng đã thụ tinh	수정란
Trúng độc	중독
Trứng gà	계란
Trung gian lây bệnh	대중매체
Trứng giun	충란
Trung tâm y tế địa phương	지역보건센터
Trước khi đi ngủ	취침 전
Trước khi sinh	출산 전
Trước và sau 1 tuổi	한 세 전후에

Trường hợp lây nhiễm lần 2	2차 감염 사례
Trường sinh bất lão	불로장생
Trưởng thành, phát triển	성장, 성숙하다
Truy tìm người đã tiếp xúc	접촉자 추적
Truy xuất (nguồn gốc)	추적하다
Truyền máu	수혈하다
Truyền nhiễm giữa người với người	사람 간, 인간 간 전염
Truyền nhiễm	전염, 감염
Truyền vào	주입하다
Tự cách ly ở nhà	자가격리
Từ chối chữa bệnh	진료를 거부하다
Tử cung	자궁
Tự dưng, tự động, tự thân	저절로
Tự kỷ	자폐증
Tự mình	자가
Tự nguyện	자발적인
Tự nhiên	자연
Tự phát	자발적인
Tư thế cơ thể	자세
Tự ti	열등의식
Tự tiêu hóa	자가소화
Tự trách	자책감
Tử vong	사망
Từ xưa đến nay	금고부터, 예로부터
Tưa lưỡi (khi cơ thể bị sốt)	백태
Tựa, tì lưng, tì đè	등지다
Tuần hoàn máu	혈액순환
Tức ngực	가슴 답답함
Túi chườm đá	냉찜질, 얼음찜질
Túi chườm nóng	찜질팩

Túi khí	기낭
Túi mật	담낭, 쓸개
Túi mủ	고름주머니
Túi nang	낭포
Từng hồi, từng cơn	간헐적
Từng tý, từng chút	소량씩
Tuổi	나이
Tuổi dậy thì	사춘기
Tuổi đi học	학령기
Tuổi mãn kinh nam	남성갱년기
Tuổi mãn kinh	폐경기
Tuổi thọ trung bình	평균수명
Tuổi trai tráng	청장년
Tươi	신선하다
Tướng mạo	관상
Tủy sống lưng	요추 척수
Tủy sống, tủy xương	골수
Tuyên bố tình trạng khẩn cấp toàn cầu	국제비상사태 선포
Tuyên bố về tình trạng y tế khẩn cấp	공중보건 비상사태 발령
Tuyến dưới lưỡi	설하선
Tuyến giáp	갑상선
Tuyến lệ	눈물샘
Tuyến nội tiết	내분비선
Tuyến nước bọt	침샘, 타선
Tuyến sinh dục	성선
Tuyến tiền liệt	전립선
Tuyến tụy	췌장
Tuyến yên	뇌하수체
Tuyệt vọng	절망하다
Tỷ lệ chữa khỏi hoàn toàn	완치율

Tỷ lệ mắc bệnh, có bệnh	유병률
Tỷ lệ phát bệnh	발병률
Tỷ lệ phát sinh	발생률
Tỷ lệ sống	생존율
Tỷ lệ sống sót trung bình	평균 생존율
Tỷ lệ tử vong	치사율, 사망률

U

U cơ	근종
U hạch limpho	림프종
U huyết quản	혈관종
U khí quản	기관지종양
U lành	물혹
U lao	결핵종
U nang	낭종
U não do di căn	전이성 뇌종양
U nhọt trên da	피부에 종기
U niệu đạo	배뇨종양
U phổi	페기종
Ù tai	이명증
U tế bào	세포종
U xơ	섬유낭
U, khối u	혹
Ức chế	억제하다
Ức	명치
Ửng đỏ	홍조
Ung thư dạ dày	위암
Ung thư kỳ cuối	말기암
Ung thư não	뇌암
Ung thư phổi	폐암

Ung thư ruột	장암
Ung thư thanh quản	후두암
Ung thư thực quản	식도암
Ung thư trực tràng	직장암
Ung thư tử cung	자궁암
Ung thư tủy	골수 암
Ung thư tuyến tiền liệt	전립선암
Ung thư vòng họng	구강암
Ung thư vú	유방암
Ung thư xương do di căn	전이성골암
Ung thư yết hầu	인두염
Ung thư	암
Uốn éo, quấy rầy	보채다
Uống (thuốc)	복용하다
Uống nhiều	다갈증
Uống thuốc sau khi ăn	식후복용
Uống thuốc tránh thai	피임약 복용
Uống thuốc	약을 먹다
Uống trước khi ăn	식전복용
Ủy ban sức khỏe vệ sinh quốc gia	국가위생건강위원회(NHS)

V

Va chạm	신체 접촉, 타박
Vắc-xin	백신
Vắc-xin diệt khuẩn	세균백신
Vắc-xin viêm gan	간염백신
Vai	어깨
Van (tim) hai lá	승모판
Van động mạch chủ	대동맥판
Vặn người	뒤틀린다

Van tim	심장판막
Van, chốt	밸브
Vành mắt	눈가
Vành tai	귓가, 귓등
Vào, nhập viện	입원하다
Vật lý trị liệu	물리치료
Vắt ra, nặn ra	짜내다
Vắt sữa, nắn bóp vú	유방을 짜다
Vật vã do thiếu thuốc	금단증상
Vắt	쥐어짜다
Vảy khô từ vết thương	건조 가피
Vảy	가피
Về lý học	의학적
Vệ sinh cá nhân	개인위생
Vẹo cột sống	척추후궁
Vết bầm, vết thâm	멍, 멍들다
Vết ban	반문
Vết bỏng nặng	심한 화상
Vết cắn	교상, 잇지국
Vết chai (tay, da)	굳은살
Vết côn trùng đốt	곤충자상
Vết đỏ trên mặt	안면홍조
Vết đứt, vết cắt	창상
Vết khâu	꿰맨 자국
Vết loét	창상
Vết máu	혈흔
Vết nám da	기미
Vết nám, vết sần sùi	사마귀
Vết nhăn ở mí mắt	눈살
Vết phỏng	화상

Vết sẹo	흉터
Vết tàn nhang, đồi mồi	검버섯
Vết thâm, nốt ruồi	반점
Vết thẹo	반흔
Vết thương	부상, 상처
Vết thương hở	개방상처
Vết thương ngoài	외상
Vết thương nhẹ	경상
Vết thương sâu	상처가 깊다
Vết trầy xước	찰과상
Vị giác	미각
Vi khuẩn	세균
Vi khuẩn cảm cúm	감기 바이러스
Vi khuẩn cúm gia cầm	인플루엔자균
Vi khuẩn đại tràng	대장균
Vi khuẩn gây bệnh	병균
Vi khuẩn hình que	간균
Vi khuẩn kháng axit,	항산성 세균
Vi khuẩn salmonella	살모넬라
Vi khuẩn yếm khí	혐기성 세균
Vi khuẩn	바이러스
Vị nói chung	맛
Vị trí chấn thương	부상부위
Viagra	비아그라
Viêm tụy	췌장염
Viêm âm đạo	질염
Viêm âm hộ	질염
Viêm amidan	편도염
Viêm bàng quang	방광염
Viêm buồng trứng	난소염

Viêm dạ dày xuất huyết	출혈성 위염
Viêm dạ dày	위염
Viêm da do bị dị ứng	알레르기 피부염
Viêm da do nấm	곰팡이 피부병
Viêm da do tiếp xúc	접촉성 피부염
Viêm đa khớp	다발 관절염
Viêm da	피부염
Viêm đại tràng	대장염
Viêm động mạch	동맥염
Viêm đường hô hấp	호흡기감염
Viêm đường niệu	요로감염
Viêm gan mãn tính	만성 간염
Viêm gan	간염
Viêm gân	건염
Viêm giác mạc	각막염
Viêm hạch	림프절염
Viêm họng cấp tính	급성 인후염
Viêm họng, sưng yết hầu	인두염
Viêm kết mạc	결막염
Viêm kết tràng	결장염
Viêm khớp xương	골관절염, 관절염
Viêm loét dạ dày	위궤양
Viêm loét đại tràng	궤양성 대장염
Viêm loét	궤양
Viêm lợi răng, viêm chân răng	치주염
Viêm màng não	뇌막염
Viêm màng nhĩ	고막염
Viêm màng phổi	늑막염
Viêm mép miệng	구각염
Viêm miệng	구내염

Viêm mũi	비염
Viêm mũi do dị ứng	알레르기성 비염
Viêm mũi mãn tính	만성비염
Viêm não Nhật Bản	일본뇌염
Viêm não	뇌염
Viêm nhiễm	염증
Viêm niệu đạo	요도염
Viêm ống dẫn trứng	난관염
Viêm phế quản	기관지염
Viêm phổi	폐렴
Viêm phổi có tính lây nhiễm	바이러스성 폐렴
Viêm phổi không rõ nguyên nhân	원인불명 폐렴
Viêm phổi Vũ hán	우한 폐렴
Viêm quy đầu	귀두염
Viêm ruột	장염
Viêm ruột cấp	급성 장염
Viêm ruột thừa	맹장염
Viêm tai giữa	중이염
Viêm thận	신장염
Viêm thực quản	식도염
Viêm tinh hoàn	고환염
Viêm túi mật	담낭염, 쓸개염
Viêm túi thừa	게실염
Viêm tủy	골수염
Viêm tuyến tiền liệt	전립선염
Viêm xoang	부비동염
Viêm xương chậu	골반염
Viêm yết hầu	인후염
Viêm	염증, 염
Viên (thuốc)	정

Viện điều dưỡng	요양원
Viện dưỡng lão	양로원
Viên ngậm dưới lưỡi	설하정
Viễn thị	원시
Vĩnh cửu	영구적
Virus gây bệnh	병원체
Virus sởi	홍역바이러스
Virut Corona thể mới	신종 코로나바이러스
Vitamin	비타민
Vỡ (bể)	파열
Vô điều kiện	무조건
Vỡ mạch máu não	뇌혈관파열
Vô phương, hết cách	속수무책
Vô sinh	불임
Vô ý	무심코
Vỏ, bì, da	껍질
Vóc dáng mảnh khảnh	체격이 가냘프다
Vóc dáng to cao	체격이 크다
Vôi hóa	석회침착
Vòi tai, vòi nhĩ	이관
Vôi, chất vôi	석회
Vòm họng	입천장
Vòm miệng	구개
Vốn dĩ	원래
Vòng bụng	허리둘레
Vòng đo	둘레
Võng mạc	망막
Vòng mông	둔부
Vòng ngực	가슴 둘레
Vọt ra, bắn ra, tuôn ra	튀어나오다

Vú phì đại	유방비대
Vú	젖가슴, 유방
Vùng bụng	복부
Vùng ngực	흉부
Vươn vai	기지개

X

Xã hội già	노후사회
Xã hội	사회
Xác định chắc chắn	확보하다
Xác người	사체
Xâm lấn (bệnh, khối u)	침윤하다
Xăm mình	문신
Xấu	불량하다, 나쁘다
Xấu xí, tồi tệ, hôi	고약하다
Xay, nghiền	갈다
Xe cứu thương, xe cấp cứu	앰뷸런스
Xe lăn	휠체어
Xét nghiệm máu	혈액검사
Xét nghiệm nước tiểu	소변검사
Xịt làm lạnh	냉각 스프레이
Xơ cứng động mạch não	뇌동맥경화증
Xơ cứng động mạch	동맥경화증
Xơ cứng	경화증
Xơ gan	간경변
Xót ruột	속 쓰림
Xót	쓰리다
X-quang	엑스레이
Xử lý cấp cứu	응급조치
Xử trí	처치

Xuất hiện cơn đau	통증을 나타내다
Xuất huyết	출혈
Xuất huyết dạ dày	위장출혈
Xuất huyết não	뇌출혈
Xuất huyết trong	내출혈
Xuất huyết tử cung	자궁출혈
Xuất ra, bài tiết ra	배출되다
Xuất tinh sớm	조루, 조루증
Xuất viện	퇴원하다
Xúc giác	감촉, 촉각
Xung huyết	울혈
Xung quanh	주위
Xương bả vai	견갑골
Xương bắp chân	종아리뼈
Xương cánh tay	척골
Xương chậu	골반뼈, 좌골
Xương chày	경골
Xương cột sống	허리뼈
Xương cùng loại	동종골
Xương đòn	빗장뼈
Xương đùi	대퇴골
Xương gò má	뺨뼈, 광대뼈
Xương gót chân	발꿈치뼈
Xương khung	뼈대
Xương mắt cá	복숭아뼈
Xương mềm, xương sụn	물렁뼈, 연골
Xương mông	좌골
Xương mũi	코뼈, 비골
Xương ống quyển	정강이뼈
Xương sọ	두개골, 머릿곤

Xương sống cổ	목뼈, 경추
Xương sống lưng	요추
Xương sống	척골, 척추
Xương sườn	복장뼈, 갈비뼈
Xương ức	흉골
Xương	뼈, 골

Y

Y cụ	의료기구
Y học dự phòng	예방의학
Y học phương đông	동양의학
Y học phương tây	서양의학
Y học thể thao	스포츠 의학
Y học thường thức	의학상식
Y học	의학
Y tá	간호사
Y tế	의료
Y thuật	의술
Ý thức	의식
Yết hầu	인후, 인두
Yếu thần kinh	정신박약
Yếu thị lực	약시
Yếu tố di truyền	유전인자, 자연인자
Yếu tố nguồn bệnh	병 원소
Yếu tố	요소
Yếu	약하다

부 록

Giải phẫu người   인체 해부학

Đầu	머리
Khuôn mặt/ mặt	얼굴
Mũi	코
Miệng	입
Mắt	눈
Đồng tử/ tròng đen	눈동자
Giác mạc	각막
Hốc mắt	눈구멍
Nhãn cầu	안구
Con ngươi	홍채
Võng mạc	망막
Đồng tử	동공
Chân mày	눈썹
Lông mi	속눈썹
Mí mắt	눈꺼풀
Lưỡi	혀
Răng	이
Môi	입술
Gò má/ xương gò má	광대뼈
Nướu	잇몸
Vòm miệng/ vòm họng	입천장
Lỗ mũi	콧구멍
Cằm	턱
Cằm	턱
Má	뺨, 볼
Trán	이마
Thái dương	관자놀이
Lỗ tai/ tai	귀

Màng nhĩ	고막
Dái tai	귓불
Hàm, quai hàm	턱
Gáy	뒤통수
Cổ	목
Cổ họng	목구멍
Tóc	머리털, 헤어, 머리카락
Kiểu tóc	머리 스타일
Cắt tóc	헤어 컷
Tóc giả	가발
Lông mũi	콧수염
Râu cằm	턱수염
Ria mép	콧수염
Nuôi/ dưỡng	기르다
Tóc tết	땋은 머리
Râu quai nón	구레나룻
Tóc đỏ	빨강머리의
Tóc bạc	흰머리의
Hói đầu	대머리인
Phần chõm không có tóc	땜통
Tóc đuôi gà	말총머리
Tóc mái	앞머리
Tàn nhang	주근깨
Nếp nhăn	주름
Thân thể	생체
Tim	심장
Máu	피
Động mạch	동맥
Tĩnh mạch	정맥
Huyết quản	혈관

Gân nối bắp chân với gót chân (gót chân A-sin)		아킬레스 건
Gân		힘줄
Cơ bắp		근육
Dây chằng		인대
Tuyến		샘
Tuyến tiền liệt		전립선
Khí quản		기관
Amiđan		편도선
Não		두뇌
Thần kinh		신경
Dây thần kinh		신경
Hệ thần kinh		신경계
Xương sụn		연골
Cột sống/ xương sống		척추
Sống lưng/ xương sống		등뼈
Cơ quan tiêu hóa		소화 기관
Dạ dạy/ bao tử		위장
Ruột		창자
Ruột		장
Ruột già		대장
Ruột non		소장
Ruột thừa		맹장
Bàng quang		방광
Đại tràng		결장
Túi mật		담낭, 쓸개
Trực tràng		직장
Lá lách		비장
Thực quản	식도	
Tụy	췌장	
Gan	간	

Thận	신장
Xương	뼈
Khớp xương	관절
Xương đòn	쇄골
Xương đùi	대퇴골
Xương bàn tay	상완 골
Xương đòn	슬개골
Xương chậu	골반
Xương sườn	갈비뼈
Ngực	흉곽
Xương sống	등뼈
Đốt xương sống	등골뼈
Khung xương	뼈대
Sườn	뼈대
Gân cốt	늑골
Xương sọ	두개골
Cơ/ cơ bắp	근육
Cơ nhị đầu cánh tay/ cơ tay trước	이두 근
Gân	힘줄, 건
Khớp xương	관절
Phổi	폐
Cơ quan sinh sản	생식기
Tử cung	자궁
Da	피부

phần thân thể 신체 부위

Tay	손
Cánh tay	팔
Bắp tay	팔뚝
Khớp xương ngón tay	손가락 관절

Ngón tay	손가락
Ngón tay cái	엄지손가락
Ngón tay út	새끼손가락
Móng tay	손톱
Nắm tay	주먹
Lòng bàn tay	손바닥
Cổ tay	손목
Cẳng tay	전박
Khuỷu tay	팔꿈치
Vai	어깨
Tay chân	팔 다리
Chân	다리
Bàn chân	발
Đầu gối	무릎
Bắp chân	종아리
Mông	엉덩이
Gót chân	발뒤꿈치
Cổ chân	발목
Ngón chân	발가락
Ngón chân cái	엄지발가락
Móng chân	발톱
Cẳng chân	정강이
Lòng bàn chân	발바닥
Bắp đùi	허벅지
Cơ thể	몸
Bụng	배
Ngực	가슴
Bầu ngực	유방
Lòng ngực	가슴
Núm vú	젖꼭지

Cạnh sườn/ hông	옆구리
Lưng	등
Eo	허리
Vòng eo	허리
Rốn/ lỗ rốn	배꼽
Mông	엉덩이
Mông	엉덩이
Nốt ruồi duyên/ nốt ruồi ở mặt	점
Bớt	모반
Hình xăm	문신
Sẹo/ vết sẹo	흉터
Trái cổ (yết hầu)	목젖
Cổ	목
Cổ họng	목구멍
Nách	겨드랑이
Bộ phận sinh dục	생식기
Háng	사타구니
Hông	엉덩이 상부
Đầu gối	무릎
Dương vật	남자 성기
Lông mu	음모
Tinh hoàn	고환
Âm đạo	질
Túi mật	담즙
Máu	피
Dịch nhầy	점액
Đờm	가래
Nước bọt	침
Tinh dịch	정액
Mồ hôi	땀

Nước mắt	눈물
Nước tiểu	소변
Đồ nôn	토사물
Chất béo, mỡ	지방
Thịt	살
Khứu giác	냄새
Xúc giác	촉각
Thị giác	시각
Thính giác	청각
Vị giác	미각
Ngửi	냄새 맡다
Sờ, chạm vào	만지다
Nhìn	보다
Nghe	듣다

Tổ chức của Bộ Y tế Việt Nam

Tên tổ chức y tế	의료 단체명
Bộ y tế	보건부
Vụ bảo hiểm y tế	의료보험부/국
Vụ sức khỏe bà mẹ và trẻ em	부모자녀건강부/국
Vụ y học truyền thống	전통의학부/국
Vụ trang thiết bị	설비부/국
Vụ kế hoạch tài chính	기획재정부/국
Vụ tổ chức cán bộ	임원조직부/국
Vụ pháp chế	법제부/국
Vụ hợp tác quốc tế	국제협력부/국
Cục văn thư	사무국
Ban kiểm tra	감찰반
Cục y học dự phòng	예방의학국
Cục phòng chống HIV/AIDS	예방국
Cục quản lý dược phẩm	약품관리국
Cục an toàn vệ sinh thực phẩm	식품위생안전국
Tổng cục dân số và kế hoạch hóa gia đình	인구 및 가족계획총국 의료정책 및 전략연구원
Viện nghiên cứu chiến lược và chính sách y tế	
Bệnh viện nội tiết	내분비병원
Bệnh viện mắt	안과병원
Bệnh viện quân đội	군병원
Hệ thống y tế Việt Nam	베트남보건의료시스템
Tổ chức y tế thế giới	세계보건기구
Sở y tế địa phương (cấp tỉnh)	지방 보건부서
Trung tâm y tế (quận huyện)	지역보건센터
Trạm y tế (phường xã)	보건소

베트남 보건부산하 기관

Các loại bệnh viện

병원의 종류

Bệnh viện công	국(공)립병원
Bệnh viện tư	사립병원
Bệnh viện tổng hợp	종합병원
Bệnh viện thông thường	일반병원
Bệnh viện đặc thù	특수병원
Bệnh viện thần kinh	정신병원
Bệnh viện hủi	나병병원
Bệnh viện lao	결핵병원
Bệnh viện ung thư	암병원
Bệnh viện y học dân tộc	한방병원
Bệnh viện đại học	대학병원
Bệnh viện sản	산부인과병원
Bệnh viện nhi	소아과병원

Các phòng, ban, khoa trong bệnh viện 병원 내 부서

Bộ phận mua sắm	구매팀
Bộ phận nấu ăn	영양팀
Bộ phận quản lý	시설관리팀
Bộ phận tài chính	회계팀
Bộ phận tổng vụ	총무팀
Giám đốc bệnh viện	병원장
Khoa bệnh lý lâm sàng	임상병리과
Khoa bệnh lý	병리과
Khoa chẩn đoán	진료과
Khoa chẩn đoán kiểm tra	진단검사과
Khoa da liễu	피부과
Khoa điều chế thuốc	약제과

Khoa hô hấp	호흡기과/호흡기내과
Khoa mắt	안과
Khoa ngoại	외과
Khoa ngoại chỉnh hình	성형외과
Khoa ngoại lâm sàng	임상외과
Khoa ngoại lồng ngực	흉곽외과
Khoa ngoại thần kinh	신경외과/정신 외과
Khoa nha	치과
Khoa nhi	소아과
Khoa nội	내과
Khoa nội lây nhiễm	감염내과
Khoa nội tiết	내분비내과
Khoa phổi	폐전문과
Khoa phóng xạ	방사선과
Khoa sản	산부인과
Khoa tai mũi họng	이비인후과
Khoa thần kinh	신경과/정신과
Khoa thận	신장내과
Khoa tiết niệu	비뇨기과
Khoa tiêu hóa	소화기과/소화기내과
Khoa tim	심장학과
Khoa ung thư	암전문과
Khoa vật lý trị liệu	물리치료과
Khoa y học gia đình	가정의학과
Khoa y học hình ảnh	영상의학과
Khoa y học phục hồi	정신 병동
Khu vực bệnh thông thường	일반병동
Khu vực cách ly	격리 병동
Phòng bệnh nhân nặng	중환자실
Phòng cấp cứu	응급실

NGUYÊN LIỆU THUỐC BẮC   한약재

나무껍질류: Loại vỏ cây

계피(桂皮): Quế bì

상백피(桑白皮): Tang bạch bì

후박(厚朴): Hậu phác

두충(杜沖): Đỗ trọng

오가피(五加皮): Ngũ gia bì

황백(黃白): Hoàng bạch

목단피(牡丹皮): Mẫu đơn bì

지골피(地骨皮): Địa cốt bì

백선피(白癬皮): Bạch tiển bì

진피(秦皮): Tần bì

등나무류: Loại cây tử đằng

구등(鉤藤): Câu đằng

석곡(石斛): Thạch hộc

단향(檀香): Đàn hương

쇄양(鎖陽): Tỏa hương

등심초(燈心草): Đăng tâm thảo

육종용(肉從蓉): Nhục thung dung

목통(木通): Mộc thông

소목(蘇木): Tô mộc

침향(沈香): Trầm hương

뿌리류: Loại rễ củ

강황(薑黃): Khương hoàng

패모(貝母): Bối mẫu

현호색(延胡索): Diên hồ tác

강활(羌活): Khương hoạt

향부자(香附子): Hương phụ tử

옥죽(玉竹): Ngọc trúc

고량강(高良薑): Cao lương khương

현삼릉(荊三稜): Kinh tam lăng

우절(藕節): Ngẫu tiết

대황(大黃): Đại hoàng

황련(黃連): Hoàng liên

지모(知母): Tri mẫu

모근(茅根) Mao căn

죽녀(竹茹): Trúc như

황정(黃精): Hoàng tinh

창출(蒼朮): Thương truật

반하(半夏): Bán hạ

산약(山藥): Tiên dược

천궁(川芎): Xuyên khung

백급(白芨): Bạch cấp

생강(生薑): Sinh khương

천남성(天南星): Thiên nam tinh

백출(白朮): Bạch truật

석창포(石菖蒲): Thạch hoàng bồ

천마(天麻): Thiên ma

백합(白合): Bạch hợp

승마(升麻): Thăng ma

택사(澤瀉): Trạch tả

아출(莪朮): Nga truật

뿌리줄기류: Loại rễ dây

담죽엽(淡竹葉): Đàm trúc diệp

비파엽(枇杷葉): Bì ba diệp

애엽(艾葉): Ngải diệp

측백엽(側柏葉): Trắc bá diệp

상엽(桑葉): Tang diệp

자소엽(紫蘇葉): Tử tô diệp

잎사귀류: **Loại lá dẹt**

계관화(鷄冠花): Kê quan hoa

금은화(金銀花): Kim ngân hoa

선복화(旋覆花): Toàn phúc hoa

관동화(款冬花): Khoản đông hoa

밀몽화(密蒙花): Mật mông hoa

신이(辛夷): Tân di

괴화(槐花): Hòe hoa

번홍화(番紅花): Phiên hồng hoa

원화(元花): Nguyên hoa

국화(菊花): Cúc hoa

하고초(夏枯草): Hạ khô hoa

정향(丁香): Đinh hương

홍화(紅花): Hồng hoa

포황(蒲黃): Bồ hoa

꽃잎류: **Loại cánh hoa**

곽향(藿香): Hoắc hương

형개(荊芥): Kinh giới

음양곽(淫羊藿): Dâm dương hoắc

마황(麻黃): Ma hoàng

박하(薄荷): Bạc hà

인진호(茵陳蒿): Nhân trần hao

열매류: **Loại trái quả**

노회(蘆檜): Lô hội

유향(乳香): Nhũ hương

송향(松香): Tùng hương

몰식자(沒食子): Một thực tử

오배자(五倍子): Ngũ bội tử

신국(新麴): Tân cúc

몰약(沒藥): Một dược

안식향(安息香): An tức hương

아위(阿魏): A nguy

아다(兒茶): A trà

종자류: **Loại lấy từ động vật**

귀판 (龜板): Quy bản

웅담(熊膽): Hùng đảm

석결명(石決明): Thạch quyết minh

녹용(鹿茸): Lộc nhung

해구신(海拘腎): Hải cẩu thận

섬수 (蟾酥): Thiềm tô

망충(網蟲): Võng trùng

호골(虎骨): Hổ cốt

아교(阿膠): A giao

모려(牡蠣): Mẫu lệ

사향(麝香): Xạ hương

영양각(羚羊角): Linh dương giác

반모(斑毛): Ban mao

서각(犀角): Tê giác

용연향(龍涎香): Long tiên hương

백강잠(白殭蠶): Bạch khang tằm

별갑(鱉甲): Miết giáp

우황(牛黃): Ngưu hoàng

전초류: Loại cây leo

갈근(葛根): Cát căn

천독활(川獨活): Xuyên độc hoạt

감수(甘遂): Cam toại

감초(甘草): Cam thảo

천오두(川烏頭): Xuyên ô đầu

고본(藁本): Cảo bản

고삼(苦蔘): Khổ sâm

파극천(巴戟天): Ba kích thiên

괄루근(括樓根): Quát lâu căn

시호(柴胡): Sài hồ

현삼(玄蔘): Huyền sâm

길경(吉梗): Cát khánh

단삼(丹參): Đan sâm

홍아대극(紅芽大戟): Hồng nha đại kích

당귀(當歸): Đương quy

우슬(牛膝): Ngưu tất (đầu gối bò)

황기(黃耆): Hoàng kỳ

울금(鬱金): Uất kim

원지(遠志): Viễn chí

인삼(人蔘): Nhân sâm

자근(紫根): Tử căn

목향(木香): Mộc hương

자원(紫菀): Tử uyển

적작(赤芍): Xích tác

백미(白薇): Bạch vi

전호(前胡): Tiền hồ

지유(地榆): Địa du

백작(白灼): Bách tác

지황(地黃): Địa hoàng

진교(秦艽): Tần giao

산두근(山豆根): Sơn đầu căn

방풍(防風): Phòng phong

천문동(天門冬): Thiên môn đông

서양삼(西洋蔘): Tây dương sâm

백부(百部): Bách bộ

초오두(草烏頭): Thảo ô đầu

속단(續斷): Tục đoạn

백지(白芷): Bạch chỉ

하수오(何首烏): Hà thủ ô

오약(烏藥): Ô dược

삼칠(三七): Tam thất

홍삼(紅蔘): Hồng sâm

당삼(糖蔘): Đường sâm

세신(細辛): Tế tân

황금(黃芩): Hoàng cầm

맥문동(麥門冬): Mạch môn đông

광방이(廣防己): Quảng phòng dĩ

용담(龍談): Long đàm

수지류,기타: Loại nhựa cây, khác

가자(訶子): Ha tử

백질려(白膣黎): Bạch trất lê

대복피(大腹皮): Đại phúc bì

괄루(括樓): Quát lâu

복분자(覆盆子): Phúc bồn tử

대추(大棗): Đại táo

괴각(槐角): Hòe giác

사군자(使君子): Sứ quân tử

마두령(馬兜鈴): Mã đâu linh

구기자(枸杞子): Câu kỳ tử

사상자(蛇床子): Xà sàng tử

만형자(蔓荊子): Mạn kinh tử

귤피(橘皮): Quất bì

산사자(山飼子): Sơn tự tử

맥아(麥芽): Mạch nha

목과(木瓜): Mộc qua

산수유(山茱萸): Sơn thù du

오미자(五味子): Ngũ vị tử

백두구(白豆蔲): Bạch đầu khấu

산치자(山梔子): Sơn chi tử

오수유(吳茱萸): Ngô thù du

팔각회향(八角茴香): Bát giác hồi hương

석련자(石蓮子): Thạch liên tử

용안육(龍眼肉): Long nhãn nhục

필발(蓽撥): Bật bát

시제 (試劑): Thí tễ

우방자(牛蒡子): Ngưu bàng tử

호초(胡椒): Hồ tiêu

여정자(女貞子): Nữ trinh tử

익지인(益智仁): Ích tri nhân

화초(花椒): Hoa tiêu

연교(連翹): Liên kiều

자소자(紫蘇子): Tử tô tử

회향(茴香): Hồi hương

오매(烏梅): Ô mai

창이자(蒼耳子): Thương nhĩ tử

충위자(蟲胃子): Trùng vị tử

천련자(川楝子): Xuyên liễn tử

동물류: Loại động vật

규채자 (葵菜子): Quỳ thái tử

마전자(馬錢子): Mã tiền tử

피마자(皮麻子): Bì ma tử

겨자(芥子): Giới tử

목별자(木鼈子): Mộc miết tử

빈랑자 (檳榔子): Tân lang tử (cây cau)

감실 (芡實): Khiếm thực

백과(白果): Bạch quả

산조인(酸棗仁): Toan tảo nhân

견우자(牽牛子): Khiên ngưu tử

백편두(白扁豆): Bạch biên đầu

송자인(松子仁): Tùng tử nhân

결명자(決明子): Quyết minh tử

보골지(補骨脂): Bổ cốt chỉ

아마인(亞麻仁): Á ma nhân

담두시 (淡豆豉): Đàm đầu thị

축사(縮砂): Súc sa

육두구 (肉荳蔲): Nhục đậu khấu

대풍자(大風子): Đại phong tử

파두(巴豆): Ba đầu

의이인(薏苡仁): Ý dĩ nhân

도인(桃仁): Đào nhân

토사자 (兔絲子): Thố ti tử

차전자(車前子): Xa điền tử

동과자(冬瓜子): Đông qua tử

행인(杏仁): Hạnh nhân

천금자(千金子): Thiên kim tử

마자인(麻子仁): Ma tử nhân

호로파(胡蘆巴): Hồ lô ba

호마자(胡麻子) Hồ ma tử

광물류: Loại khoáng chất

노감석(爐甘石): Lô cam thạch

주사(朱砂): Chu sa

용골(龍骨): Long cốt

대자석(代紫石): Đại tử thạch

활석(滑石): Hoạt thạch

우여량(禹餘糧): Vũ dư lương

망초(芒硝): Vong tiêu

석고(石膏): Thạch cao

적석지(赤石脂): Xích thạch chi

명반(明礬): Minh phàn

은화식물류: Loại cây không hoa.

뇌환(雷丸): Lôi hoàn

복령(茯笭): Phục linh

동충하초(冬蟲夏草): Đông trùng hạ thảo

저령(猪笭): Trư linh

해인초(海人草): Hải nhân thảo

한국어-베트남어, 베트남어-한국어
6000 의학 용어

초판 1쇄 인쇄 2025년 1월 31일
초판 1쇄 발행 2025년 2월 10일

지은이 레휘 콰
펴낸이 서덕일
펴낸곳 도서출판 문예림

출판등록 1962.7.12 (제406-1962-1호)
주소 경기도 파주시 회동길 366, 3층 (10881)
카카오톡 "도서출판 문예림" 검색 후 추가 상담
전자우편 info@moonyelim.com **홈페이지** www.moonyelim.com

ISBN 978-89-7482-942-1 (13730)